एक दिवस

डॉ. गिरीश वालावलकर

मेहता पब्लिशिंग हाऊस

✆ +91 020-24476924 / 24460313 / Mob. No. 9545000513

Email : production@mehtapublishinghouse.com

Website : www.mehtapublishinghouse.com

- *या पुस्तकातील लेखकाची मते, घटना, वर्णने ही त्या लेखकाची असून त्याच्याशी प्रकाशक सहमत असतीलच असे नाही.*

Eke Diwashi by Dr. Girish Walavalkar

एके दिवशी : डॉ. गिरीश वालावलकर / कादंबरी

Email : author@mehtapublishinghouse.com

प्रकाशक : सुनील अनिल मेहता, मेहता पब्लिशिंग हाऊस,
१९४१, सदाशिव पेठ, माडीवाले कॉलनी, पुणे ३०

मुद्रक : ट्रिनिटी अ‍ॅकॅडमी फॉर कॉर्पोरेट ट्रेनिंग लिमिटेड

मुखपृष्ठ : सतीश भावसार

प्रथमावृत्ती : जानेवारी, २०२२

किंमत : ₹ २२०

P Book ISBN 9789392482984

E Book ISBN 9789392482175

E Books available on : amazonkindle Apple Books Google Play Books

---

मनोगत

'एके दिवशी ' ही माझी कादंबरी आपल्या हातात सोपवताना मला अतिशय आनंद होतो आहे.

कादंबरी लिहून झाल्यावर मी माझ्या स्नेही अश्विनी भिडे यांच्याकडे ती दिली. त्या अतिशय बुद्धिमान आणि कार्यक्षम आय.ए.एस.अधिकारी म्हणून आपल्याला परिचित आहेत. त्याचबरोबर त्यांचा मराठी व इंग्रजी वाङ्मयाचा अभ्यास आणि साहित्याची जाण अतिशय प्रगल्भ आहे. त्यांनी त्यांच्या अत्यंत व्यग्र शेड्यूलमधून वेळ काढून 'एके दिवशी' विषयी सविस्तर चर्चा केली आणि अभिप्राय लिहून पाठवला, याबद्दल मी त्यांचा आभारी आहे.

माझे मित्र संदीप कुलकर्णी हे संवेदनशील आणि विचारी अभिनेते म्हणून संपूर्ण महाराष्ट्रात लोकप्रिय आहेत. त्यांच्या एका सिनेमाच्या आऊट डोअर शूटिंगच्या दरम्यान वेळ मिळवून त्यांनी कादंबरी वाचली आणि लगेच तिथूनच त्यांचा अभिप्राय कळवला, याबद्दल त्यांचे मन:पूर्वक आभार!

विजय केंकरे आणि अजित भुरे यांचं नाट्य आणि चित्रपटसृष्टीतलं कर्तृत्व वादातीत आहे. त्यांची मैत्री मला कायमच एक आधार देत आली आहे.

माझी शाळेपासूनची मैत्रीण डॉ. सुजाता जोगळेकर-कुलकर्णी आणि तिचे पती डॉ. प्रसाद कुलकर्णी यांचा अकृत्रिम स्नेह माझ्यासाठी महत्त्वाचा आहे. इचलकरंजीला त्यांच्या घरी जाऊन आरामात रहाणं, हा माझ्यासाठी कायमच एक अत्यंत सुखदायक अनुभव असतो.

'एके दिवशी' हे मेहता पब्लिशिंग

हाऊस प्रकाशित करत असलेलं माझं दुसरं पुस्तक. त्यांच्या वेगवेगळ्या जबाबदाऱ्या पार पाडणारे अधिकारी व कर्मचारी, पुस्तकाचा दर्जा उत्तम असावा, यासाठी करत असलेले प्रयत्न कौतुकास्पद आहेत. 'एके दिवशी'चं मुखपृष्ठ कल्पकतेनं तयार केल्याबद्दल श्री. सतीश भावसार यांचे विशेष आभार!

माझी पत्नी डॉ. अलका आणि मुलं चि. अर्णव आणि चि. आकाश आजूबाजूला असतील तर माझं काम अधिक चांगलं होतं.

माझी पुस्तकं, लेख, स्तंभलेखन, व्याख्यानं व नियतकालिकं, दूरचित्रवाणी, रेडिओ आणि इतर समाजमाध्यमांवर प्रसारित माझ्या मुलाखती या सर्वांना उत्तम प्रतिसाद देणाऱ्या आपणा सर्व वाचकांचे मी मन:पूर्वक आभार मानतो आणि 'एके दिवशी' ही कादंबरी आपल्या हाती सोपवतो.

धन्यवाद!

– **डॉ. गिरीश वालावलकर,** मुंबई.

दिवस उलटताना...

आपली सारी कामे पार पाडून संध्याकाळ समाधानानं रात्रीच्या कुशीत विसावायच्या तयारीत होती. कुलाब्यापासून भांडुप - मुलुंड आणि बोरिवलीपर्यंत पसरलेल्या मुंबईत रात्रीची गजबज सुरू होती. कॉर्पोरेट ऑफिसेस, बँका, सरकारी कार्यालयं केव्हाच बंद झाली होती. पब्ज, मॉल्स, थिएटर्स, बार्समधली लगबग शिगेला पोहोचली होती. घरं झोपायच्या तयारीत होती. थोड्याच वेळात आजचा दिवस उलटणार होता....

त्यानं फाइल उघडली. टीपॉयवर ठेवलेलं पेन उचललं. ते उत्तम ब्रॅन्डचं अतिशय महाग पेन आहे, हे त्याही परिस्थितीत त्याच्या लक्षात आलं. त्यानं पेन उघडलं. त्याचे हात थरथरत होते. हात स्थिर ठेवायचा प्रयत्न करत त्यानं फाइलमधल्या कागदांवर सही केली. फाइल आणि पेन टीपॉयवर ठेवलं... अजूनही त्याचे हात थरथरतच होते!!

'ते पेन तुमच्यासाठीच आहे', त्याच्या समोर बसलेला माणूस उठून उभा राहत म्हणाला. तोसुद्धा उठून उभा राहिला. समोरच्या माणसाने ते पेन घेऊन त्याच्या खिशाला लावलं. त्याच्या छातीतली धडधड प्रचंड वाढली होती. समोरच्या माणसाने त्याला खोलीच्या दरवाजापर्यंत सोडलं. तो त्या खोलीतून बाहेर पडला. त्यानं स्वत:ला सावरण्याचा प्रयत्न केला. मग खिशातून मोबाइल काढून एक नंबर डायल केला. तो लगेच कट झाला. दुसरा नंबर डायल केला. उत्तर मिळालं नाही. त्यानं मोबाइल खिशात ठेवला. अजूनही त्याचे

हात थरथरतच होते!!...

त्यानं तिला थोडं अधिक जवळ घेतलं. तिने चमकून चेहरा वर करून त्याच्याकडे पाहिलं. दोघे काहीक्षण एकमेकांच्या डोळ्यांत पाहत राहिले. मग त्यानं तिला घट्ट जवळ घेतलं. ती त्याच्या मिठीत सामावत गेली. आपले सारे ताण मोकळे होत आहेत, असं तिला वाटलं. त्यानं दिवा बंद केला. थोड्या वेळाने केव्हातरी तिच्या शरीरातून असीम सुखाची एक लाट उठली. ती त्याच्या मिठीत सैलावत राहिली...

त्यानं मागे वळून पाहिलं. आपण या इमारतीत पुन्हा कधीच येणार नाही, हे त्याला माहीत होतं. तो गाडीत बसला. हातातली लेदर बॅग त्यानं पायाजवळ ठेवली. त्याचा सुरक्षारक्षक ड्रायव्हर शेजारी पुढच्या सीटवर स्टेनगन घेऊन बसला. त्याच्या मोबाइलवर मेसेजची बीप आली. त्यानं मेसेज उघडला. त्याच्या बँकेने त्याचे सगळे पैसे डॉलर्समध्ये कन्व्हर्ट करून त्यानं सांगितलेल्या खात्यावर ट्रान्सफर केले होते. गाडी सुरू झाली. फाटकावरच्या सुरक्षा अधिकाऱ्यांनी अदबीनं गाडीला सलाम ठोकला आणि फाटक उघडलं...

श्रीधर

श्रीधरला अचानक जाग आली. त्यानं उशीजवळ ठेवलेल्या मोबाइलमध्ये बघितलं. साडेतीन वाजत होते. गेले काही महिने त्याला अशीच मध्यरात्री केव्हातरी जाग येत होती. कितीही इच्छा असली तरी आता परत झोप येणार नाही, हे त्याला माहीत झालं होतं. त्यानं शेजारी पाहिलं. वसंत गाढ झोपला होता. झोपेत त्याचा चेहरा निरागस दिसत होता. श्रीधर कॉटवरून खाली उतरला. त्यानं वसंतच्या अंगावरचं पांघरूण ठीकठाक केलं. वसंतची झोपमोड होऊ नये, याची काळजी घेत दबक्या पावलांनी तो खोलीच्या दरवाजाजवळ आला. दरवाजाचा आवाज होऊ नये, याची काळजी घेत त्यानं दरवाजा उघडला. तिथूनच मागे वळून त्यानं वसंतकडे पाहिलं. तो तसाच शांत झोपला होता. श्रीधर खोली बाहेर पडला. त्यानं हलक्या हाताने खोलीचा दरवाजा बंद केला.

बाहेरच्या खोलीत अंधार होता. सवयीनं स्विचजवळ जाऊन त्यानं लाइट लावला. पिवळसर प्रकाशाने उजळलेल्या त्या खोलीत श्रीधरला अधिकच उदासवाणं वाटू लागलं. एक कप चहा प्यावा, असं त्याला वाटलं. पण स्वयंपाकघरात न जाता तो त्याच खोलीत तसाच उभा राहिला. खोलीच्या एका कोपऱ्यात लाकडी टेबल होतं. त्यावर डेस्कटॉप होता. तो टेबलासमोरच्या खुर्चीत बसला.त्यानं डेस्कटॉप सुरू करून डेस्कटॉपवर कंपनीच्या जमा-खर्चाची फाइल उघडली. कितीतरी वेळ तो त्या आकड्यांकडे पाहत राहिला. जमेचा रकाना कित्येक दिवसांपासून तसाच होता. खर्चामध्ये वाढ

होत होती. मशिनरीसाठी बँकेकडून घेतलेल्या कर्जावरचं व्याज वाढत चाललं होतं.

उधारीवर ज्यांना उत्पादन दिलं होतं, त्या ग्राहकांकडून पैसे येणं बाकी होतं. थकलेल्या उधारीची रक्कम बरीच जास्त झाली होती. बँकेनं पहिल्या कर्जाचे हप्ते भरल्याखेरीज आणखी कर्ज द्यायला स्पष्ट नकार दिला होता. त्यामुळे श्रीधरकडे खेळतं भांडवल उरलं नव्हतं; परिणामी त्याच्या कारखान्यातील उत्पादन थांबलं होतं. पुढचा माल मिळत नाही, म्हणून ग्राहकांनी मागील खरेदीचे पैसे देणं थांबवलं होतं. उधारीचे पैसे वसूल झाले तर श्रीधरच्या बऱ्याचशा आर्थिक समस्या संपणार होत्या.

श्रीधर रोजच्याप्रमाणे त्याचे पैसे अडकले होते त्या ग्राहकांच्या नावांच्या यादीकडे पाहत राहिला. त्याचे ग्राहक हे लोखंडापासून कपाटं, टेबलं, खुर्च्या, पलंग यांसारखं स्वस्त लोखंडी फर्निचर बनवणारे छोटे उत्पादक होते. त्यापैकी बऱ्याच कंपन्यांची अधिकृत नोंदणीसुद्धा झाली नव्हती. त्यामुळे त्या कंपन्यांवर कोणतीही कायदेशीर कारवाई करणं अवघड होतं. त्या मालकांनी कायदेशीर कारवाईची मुळीच पर्वा केली नसती. उलट कोर्टात केस वर्षानुवर्षे रेंगाळत राहिली असती. तोपर्यंत श्रीधरला तग धरून राहणं अशक्य होतं.

कारखान्याचा गाळा, त्यातली यंत्रसामग्री, राहतं तीन खोल्यांचं घर या सर्वांवर बँक जप्ती आणायच्या तयारीत होती. श्रीधर दिवाळखोरीच्या उंबरठ्यावर उभा होता; पण आज कदाचित ही परिस्थिती बदलणार होती. त्याच्या ग्राहकांनी थकवलेली त्याची उधारी आज कदाचित वसूल होणार होती.

श्रीधरने पुन्हा एकदा जमा-खर्चाच्या फाइलकडे पाहिलं. मग त्यानं डेस्कटॉप बंद केला. खुर्चीतून उठून तो सावकाश चालत खिडकीजवळ येऊन उभा राहिला. त्यानं खिडकीतून बाहेर पाहिलं. खाली रस्त्यावर पहाटेची पहिली लोकल पकडण्यासाठी निघालेल्या लोकांची वर्दळ सुरू झाली होती.

बारावीला रत्नागिरी जिल्ह्यात पहिल्या आलेल्या श्रीधरला मुंबईतल्या इंजिनिअरिंग कॉलेजमध्ये प्रवेश मिळणं फारसं कठीण गेलं नाही. त्याला रसायनशास्त्रात विशेष रुची होती म्हणून त्यानं 'केमिकल इंजिनिअरिंग' ही शाखा निवडली. इंजिनिअरिंगच्या अभ्यासक्रमाबरोबरच प्रयोगशाळेत इतरही रासायनिक प्रयोग करून नवीन किंवा काही विशेष गुणवत्ता असणारी रसायने विकसित करण्याकडे त्याचा कल होता. इंजिनिअर झाल्यावर त्याला एका रंग बनवणाऱ्या मोठ्या कंपनीत नोकरी मिळाली. कंपनीत थोडा अनुभव घेतल्यानंतर स्वतःचा कारखाना सुरू करण्याचा विचार त्याच्या डोक्यात घोळू लागला.

कंपनीचं काम उत्तम रीतीने पार पडत असतानाच त्यानं उसाच्या रसापासून रंग बनवण्याचं तंत्रज्ञान विकसित केलं. या तंत्रज्ञानाने बनलेल्या रंगाचे गुणधर्म बाजारात उपलब्ध असणाऱ्या रंगांपेक्षा थोडे वेगळे होते. हा रंग धातूंवर विशेषतः, लोखंडावर

लावल्यावर तो लोखंडाला अधिक आणि दीर्घकाळ टिकणारी झळाळी देत असे. सर्वसाधारणपणे रंग वेगवेगळ्या केमिकल्सपासून बनतात. परंतु श्रीधरने हा रंग उसाच्या रसापासून बनवला होता.हा रंग लाल, निळा, हिरवा, पिवळा या सर्वच प्रमुख रंगांच्या विविध छटांमध्ये बनवता येणार होता. 'उसाचा रस' हा कच्चा माल मुबलक प्रमाणात आणि इतर केमिकल्सपेक्षा कमी दरात उपलब्ध होता. त्यामुळे श्रीधरने बनवलेला रंग इतर रंगांपेक्षा स्वस्त पडत असे. हा रंग स्वत:च्याच कारखान्यात बनवून स्वत:च ग्राहकांना विकण्याचा निर्णय श्रीधरने घेतला.

त्यावेळी अण्णा म्हणजे श्रीधरचे वडील रत्नागिरी हायस्कूलमध्ये शिक्षक होते. त्यांनी श्रीधरला धंद्याच्या फंदात न पडता नोकरीच करत रहा,असं परोपरीनं समजावून सांगितलं; पण श्रीधर आपला हट्ट सोडायला तयार नव्हता. श्रीधरची आई आणि त्याचा लहान भाऊ वसंत श्रीधरच्या बाजूने उभे होते. श्रीधर आपल्या निर्णयावर ठाम आहे, हे बघून शेवटी अण्णांनी त्यांच्या इतक्या वर्षांच्या बचतीची सगळी रक्कम श्रीधरच्या हाती भांडवल म्हणून गुंतवायला दिली. त्या भांडवलामुळे श्रीधरला बँकेकडून कारखान्याच्या जागेसाठी कर्ज मिळवणं सोपं गेलं. श्रीधरने 'आशीर्वाद पेंट्स' ही कंपनी सुरू केली. त्यानं घाटकोपर एम.आय.डी.सी.त एक छोटी शेड खरेदी केली. आवश्यक ती यंत्रसामग्री मिळवली. सुसज्ज कारखाना उभा केला आणि त्या कारखान्यात स्वत: विकसित केलेल्या तंत्रज्ञानानं उसाच्या रसापासून रंग बनवायला सुरुवात केली.

तो आपले रंग बाजारपेठेत विकायचा प्रयत्न करू लागला.फर्निचर बनवणाऱ्या 'गोदरेज' किंवा 'साळगावकर'सारख्या मोठ्या कंपन्या त्यांना लागणारे रंग 'एशियन पेंट्स' किंवा 'नेरोलॅक'सारख्या रंग बनवणाऱ्या विख्यात कंपन्यांकडून विकत घेत. त्या कंपन्यांचे परस्परांशी वर्षानुवर्षांचे व्यवहार होते. रंग बनवणाऱ्या या मोठ्या कंपन्यांशी स्पर्धा करून फर्निचर बनवणाऱ्या दर्जेदार कंपन्यांना आपला रंग विकणं श्रीधरला शक्य होईना.

मग त्यानं फर्निचर बनवणाऱ्या छोट्या उत्पादकांवर लक्ष केंद्रित केलं. ओशिवरा, कुर्ला, साकीनाका, घाटकोपर मधलं असल्फा व्हिलेज, विक्रोळी अशा ठिकाणी फर्निचर बनवणाऱ्या अनेक छोट्या कंपन्या होत्या. त्यापैकी बऱ्याच कंपन्यांची नोंदणीसुद्धा झालेली नव्हती. पण ते बनवत असलेल्या फर्निचरला दूरदूरच्या गावांमधून किंवा तालुक्यांमधून चांगली मागणी होती. त्यामुळे त्यांचं उत्पादन जोरात सुरू असे.

श्रीधरच्या रंगांना या कंपन्यांकडून चांगली मागणी येऊ लागली.

श्रीधरने बनवलेला रंग या ग्राहकांमध्ये लोकप्रिय होत होता. त्यांच्याकडून सतत वाढती मागणी येत होती. श्रीधरच्या कारखान्यात आता रात्रपाळीमध्येसुद्धा उत्पादन

सुरू झालं होतं. श्रीधर उत्साहाने वेळच्या वेळी रंगाचा पुरवठा करत होता. आपण बनवलेला रंग ग्राहकांना आवडतो आहे, याचंच त्याला समाधान वाटत होतं.

ग्राहकांकडून श्रीधरला सतत 'रिपीट ऑर्डर्स' येत होत्या. आपल्या मालाची गुणवत्ता चांगली आहे त्यामुळे त्याची मागणी वाढत जाणार, हे लक्षात आल्यावर श्रीधरचा आत्मविश्वास वाढला. त्यानं बँकेकडून घरासाठी कर्ज घेतलं आणि कारखान्याजवळच्याच एका हाउसिंग सोसायटीमध्ये एक छोटा फ्लॅट घेतला.

दोन वर्षं गेली. श्रीधरचे ग्राहक माल मिळाल्यानंतर तीन महिन्यांनी पैसे देण्याच्या करारावर माल घेत होते; पण पैसे चुकते करण्यासाठी ते आता चार, पाच, सहा महिने किंवा कधीकधी त्यापेक्षा सुद्धा जास्त वेळ लावू लागले. तरीही त्यांना माल देणं थांबवता येत नव्हतं, कारण जर श्रीधरने रंग दिला नसता तर त्यांनी तो दुसऱ्या कुणाकडून घेतला असता. मग श्रीधरची त्यांच्याकडे अडकलेली रक्कम सुद्धा परत मिळाली नसती. अडकलेले पैसे कायमचे बुडू नयेत, यासाठी ग्राहकांना माल देणं गरजेचं होतं. त्यासाठी मालाचं उत्पादन करणं भाग होतं. परंतु ग्राहकांकडून येणे असलेले पैसे मिळत नसल्यामुळे उत्पादनासाठी आवश्यक असलेले पैसे त्याच्याकडे नव्हते. त्यामुळे तो बँकेकडून पुन:पुन्हा कर्ज घेत होता.

काही महिन्यांनंतर परिस्थिती आणखी बिकट झाली. पैसे येत नसल्याने बँकेचे दोन हप्ते चुकले. बँकेने अधिक कर्ज द्यायला स्पष्ट नकार दिला. श्रीधर दुसऱ्या बँकांकडून कर्ज मिळवायचा प्रयत्न करू लागला. गेल्या महिन्यात अण्णा शाळेच्या नोकरीतून निवृत्त झाले. शाळेने त्यांच्यासाठी विशेष निरोप समारंभ आयोजित केला होता, त्या दिवशी श्रीधरची दुसऱ्या बँकेबरोबर मिटिंग होती त्यामुळे तो त्या निरोप समारंभाला जाऊ शकला नाही. पण त्या दुसऱ्या बँकेने सुद्धा श्रीधरला कर्ज द्यायला नकार दिला. श्रीधर इतरही काही बँकांना भेटला; पण त्याच्या आधीच्या कर्जाची थकबाकी बघून कुठलीही बँक त्याला कर्ज द्यायला तयार झाली नाही. कारखान्यातील उत्पादन जवळपास बंद पडलं. परिस्थिती अशीच राहिली तर कंपनी बंद पडेल, हे स्पष्ट दिसू लागलं. कंपनी बंद पडली तर श्रीधर त्याच्यावरचं कर्ज कधीच चुकवू शकणार नव्हता. कारखान्यातील उत्पादन चालू रहाणं अतिशय आवश्यक होतं. त्यासाठी पैसे कुठून उभे करावेत, हे श्रीधरला समजत नव्हतं. त्याच वेळी त्याला रत्नागिरीच्या मोहन लेलेंची आठवण झाली. रत्नागिरीत एका कार्यक्रमात त्याची लेलेंबरोबर ओळख झाली होती. लेले रत्नागिरीतल्या 'सिद्धीविनायक सहकारी पतसंस्थे'चे संचालक होते. 'आमची पतसंस्था तरुण उद्योजकांना कर्ज देते,' असं लेले म्हणाले होते. श्रीधरनं लेलेंना फोन केला. आपल्या कंपनीला कर्ज हवं असल्याचं सांगितलं. लेलेंनी त्याला कर्ज मागणीचा प्रस्ताव आणि आवश्यक ते तपशील पाठवून नंतर येऊन भेटायला सांगितलं. श्रीधरने आवश्यक ती माहिती इ-

मेल ने पाठवली आणि दुसऱ्या दिवशी सकाळच्या बसने तो रत्नागिरीला निघाला.

श्रीधर घरी पोहोचला तेव्हा संध्याकाळचे सात वाजले होते. श्रीधरचं घर गावातल्या मुख्य रस्त्यावरच होतं. श्रीधरचे आजोबा पोस्टात नोकरी करत. जमिनीचा एक छोटासा तुकडा घेऊन त्यांनी ते लहानसं घर बांधलं होतं. कोकणातल्या सर्वच घरांप्रमाणे ते घर रस्त्यापासून थोडं उंचीवर होतं. रस्त्यावरून घरात येण्यासाठी मातीची भर टाकून चढाव केला होता. तो ओलांडून आलं, की घराचं अंगण लागे. अंगणात एक छोटंसं तुळशीवृन्दावन होतं. श्रीधरची आई रोज पहाटे त्या अंगणात सडा शिंपत असे आणि स्नान झाल्यावर घरातल्या देवांची पूजा करण्याआधी त्या तुळशीची पूजा करत असे. अंगणाभोवती लाल चिऱ्याच्या दगडांचं कुंपण घातलं होतं. अंगण ओलांडून आत गेलं, की बैठकीची खोली होती. त्यामध्ये बसण्यासाठी गावातल्या सुताराकडून तयार करून घेतलेले दोन लाकडी कोच होते.त्यानंतर काही वर्षांनी अण्णांनी तिथे हौसेने एक लाकडी झोपाळा लावून घेतला होता. बैठकीची खोली ओलांडून गेलं, की समोर अण्णा आणि आईची खोली होती. या खोलीत एक लाकडी कपाट होतं, त्यात आई-अण्णांचे कपडे ठेवलेले असत. एक लोखंडी कॉट होती. त्याला लागून दुसरं एक लहानसं कपाट होतं, त्यामध्ये अण्णांची शाळेची पुस्तकं, 'ज्ञानेश्वरी', 'दासबोध', 'मनाचे श्लोक' याबरोबरच काही मराठी 'कादंबऱ्या' आणि दोन-चार 'कवितासंग्रह' होते. त्या कपाटावर श्रीधर आणि वसंतला वेगवेगळ्या स्पर्धांमध्ये मिळालेली पदकं आणि प्रशस्तीपत्रकं व्यवस्थित मांडून ठेवली होती. या खोलीच्या डाव्या बाजूला स्वयंपाकघर होतं. श्रीधरच्या लहानपणी तिथे चूल होती, आता मात्र गॅसचा सिलेंडर आणि शेगडी आली होती. तिथेच पाट मांडून ते सगळे जेवत असत. स्वयंपाकघराच्या दुसऱ्या टोकाला गणपती, सरस्वती यांचे फोटो होते. त्यांच्यासमोर एक निरांजन आणि पूजेचं साहित्य होतं. आई रोज सकाळी न चुकता पूजा करत असे. रोज शाळेत जाताना श्रीधर आणि वसंत त्या देवांना नमस्कार करून जात. मुलांना शांतपणे अभ्यास करता यावा, म्हणून अण्णांनी स्वयंपाकघराच्या पलीकडे एक लहानशी खोली बांधून घेतली होती. तिथे श्रीधर आणि वसंत रहात. तिथे त्यांच्यासाठी जमिनीवर दोन गाद्या टाकल्या होत्या. त्यावर बसून ते अभ्यास करत आणि रात्री त्यावरच झोपत असत. त्याच खोलीत त्यांची दप्तरं, पुस्तकं व कपडे ठेवलेले असत. अण्णा या खोलीत फारसे येत नसत. त्यांचा वावर बैठकीच्या खोलीतच जास्त असे.

कधी निवांत वेळ असेल तर अण्णा त्या झोपाळ्यावर बसत असत; पण त्यांना निवांत असा वेळ फारच कमी मिळत असे. त्यांची शाळा सकाळी सातला सुरू होत असे. ते बरोबर साडेसहा वाजता शाळेत पोहोचलेले असत. शाळेतून घरी यायला त्यांना दोन वाजत. त्यांचं जेवण संपेपर्यंत घरी शिकवणीसाठी मुलं यायला सुरुवात

झालेली असे. सहा वाजेपर्यंत त्या शिकवण्या चालत. सहा वाजता त्या संपल्या, की अण्णा चहा घेत आणि लगोलग खाजगी शिकवण्यांसाठी बाहेर पडत. गावातल्या काही सधन मुलांच्या शिकवण्या ते त्यांच्या घरी जाऊन घेत. तेथून घरी येईपर्यंत नऊ वाजलेले असत. रात्रीचं जेवण झाल्यानंतर अण्णा 'ज्ञानेश्वरी' किंवा 'दासबोध' घेऊन वाचत बसत. पण त्याचवेळी दिवसभराचा थकवा त्यांना जाणवू लागे आणि मग ते झोपी जात. अण्णा ज्या शाळेत शिकवत त्याच शाळेत श्रीधर आणि वसंत शिकत असल्यामुळे त्यांना शाळेची फी भरावी लागत नसे. मुलांना पुस्तकं किंवा अन्य शैक्षणिक व आवश्यक शैक्षणिक साहित्य देण्यात अण्णा कोणतीही कसर ठेवत नसत. पण जसेजसे श्रीधर आणि वसंत वरच्या इयत्तांमध्ये जाऊ लागले आणि त्यांच्या शिक्षणाचा खर्च वाढू लागला, तेव्हा पैशांची निकड भासू लागली. सुदैवाने मुलं शिक्षणात हुशार होती. श्रीधर सातवीच्या स्कॉलरशिपच्या परीक्षेला बसला. त्या परीक्षेसाठी त्याला विशेष मार्गदर्शक पुस्तिका आणि इतर साहित्याची गरज पडणार होती. तेव्हा अण्णांनी शेजारच्या गावातल्या मुलांचे शिकवणीचे वर्ग घेण्यास सुरुवात केली.शनिवार-रविवार अण्णा हे वर्ग घेत असत. त्यासाठी जवळपास सात मैल सायकल चालवत ते त्या गावी जात असत. श्रीधर स्कॉलरशिपच्या परीक्षेत जिल्ह्यात पहिला आला. निकाल कळल्यावर अण्णा स्वत: पेढे घेऊन आले. देवासमोर पेढे ठेवून त्यांनी श्रीधरला देवाला नमस्कार करायला सांगितला. त्यानंतर श्रीधरने अण्णांना वाकून नमस्कार केला. अण्णांनी त्याला दंडाला धरून उठवलं. त्याच्या डोक्यावर प्रेमाने हात फिरवला. त्यावेळी अण्णांच्या चेहऱ्यावर विलक्षण समाधान, कौतुक आणि आनंद होता. अण्णांच्या चेहऱ्यावरचं ते समाधान आणि कौतुक श्रीधरला पुढच्या प्रत्येक परीक्षेत अधिकाधिक यश मिळवण्याची प्रेरणा देत राहिलं. त्यानंतर सुद्धा अण्णांनी बाहेरगावच्या शिकवण्या घेणं सुरूच ठेवलं. त्यामुळे जमा-खर्चाचा ताळमेळ बसू लागला. अण्णा एकदिवस सुद्धा विश्रांती न घेता सतत काम करत राहिले.

श्रीधर घरी पोहोचला तेव्हा अण्णा झोपाळ्यावर बसले होते. श्रीधरला बघून स्वयंपाकघराकडे पाहत ते 'अगं, श्रीधर आला बघ!' असं म्हणाले आणि उठून पुढे आले. ते एकदम उत्साहात दिसत होते. पाठोपाठ आई बाहेर आली. श्रीधर अण्णा व आईच्या पाया पडला.

"तू जरा वाळला आहेस का रे?" आईने श्रीधरकडे पहात विचारलं.

"आई, मी दोन महिन्यांपूर्वी येऊन गेलो होतो. दोन महिन्यांत माझ्यात असा काय फरक पडणार आहे?" श्रीधर म्हणाला.

त्यावर अण्णा मोकळेपणाने हसले. श्रीधरने अण्णांना असं हसताना फार कमी वेळा पाहिलं होतं.

तेवढ्यात आतून वसंत आला.

"उशीर झाला दादा? आम्ही केव्हापासून वाट बघतोय?"

"अरे हो, बस मध्येच बराचवेळ थांबली होती," श्रीधरनं सांगितलं आणि मग वसंतकडे पहात म्हणाला, "व्यायाम नियमित सुरू आहे वाटतं? शरीर पिळदार व्हायला लागलंय."

"हो. रोज सकाळी 'आदिनाथ व्यायाममंदिरा'त जातो," अण्णा म्हणाले.

"अरे वा! पण अभ्यासाकडे लक्ष आहे ना? पुढच्यावर्षी एम.बी.ए. करायला मुंबईला यायचंय. डिस्टिंक्शन मिळालं तर तिथल्या स्पर्धापरीक्षा पास होणं सोपं जाईल." श्रीधर म्हणाला.

"श्रीधर तू आधी हात-पाय धुऊन घे. तुम्ही जेवायला या. जेवताना काय ते बोल," आई म्हणाली. वसंतने श्रीधरची बॅग उचलली आणि तो आत गेला. हात-पाय धुऊन श्रीधर बाहेर आला, तेव्हा आई श्रीधरला आवडतात म्हणून पोह्याचे पापड भाजत होती. श्रीधर बाहेरच्या खोलीत आला. आता खोलीच्या मध्यभागी एक लहानसा चौरंग ठेवला होता. त्याच्या एका बाजूला बसण्यासाठी एक पाट ठेवला होता. वसंत चौरंगासमोर दुसऱ्या बाजूला सतरंजी अंथरत होता.

"हे काय रे?" श्रीधरनं विचारलं.

"अण्णा निवृत्त झाल्यापासून रोज रात्री 'दासबोधा'चं वाचन आणि निरूपण करतात. ते ऐकायला बरीच माणसं येतात. त्याची तयारी करतो आहे." वसंतनं सांगितलं.

तेवढ्यात अण्णा तिथे आले. त्यांच्या हातात 'दासबोध' होता. तो त्यांनी श्रद्धेनं कपाळाला लावून चौरंगावर ठेवला. नंतर पाट, सतरंजी याकडे पाहून घेत समाधानानं मान डोलावली. मग, "चला जेवून घेऊ या. इतक्यात मंडळी यायला सुरुवात होईल," असं म्हणत ते स्वयंपाकघराकडे निघाले. त्यांच्यापाठोपाठ श्रीधर आणि वसंतसुद्धा स्वयंपाकघराच्या दिशेने गेले.

जेवण झाल्यावर श्रीधर, अण्णा आणि वसंतबरोबर बाहेरच्या खोलीत आला. खोलीत माणसं जमली होती. सतरंजीवर बसून ते अण्णा येण्याची वाट पाहत होते. त्यामध्ये अण्णांबरोबर शाळेत असलेले; पण अण्णांआधी निवृत्त झालेले शिक्षक होते. काही तरुण आणि अजूनही शाळेच्या सेवेत असलेले शिक्षक सुद्धा होते. मुंबईत शिकून सध्या रत्नागिरीत दवाखाना पाहणारे डॉक्टर जोशी सपत्नीक आले होते. शेती, स्वत:चा छोटासा व्यापार किंवा तत्सम क्षेत्रांत काम करणारे लोक होते. आता आयुष्यात स्थिरावलेले अण्णांचे काही माजी विद्यार्थी होते. तिथे जमलेले सर्वजणच गावातील प्रतिष्ठित आणि बुद्धिजीवी लोक होते. श्रीधरची त्या सर्वांशीच

चांगली ओळख होती. अण्णा आल्यावर सर्वजणच उठून उभे राहिले. अण्णांनी त्यांना बसायला सांगितलं आणि ते स्वत:च्या पाटावर जाऊन बसले. वसंतनं आज अण्णा निरूपण करणार असलेल्या प्रकरणाचं पान उघडून ठेवलं आणि तो बाकीच्या लोकांमध्ये जाऊन बसला.

"अरे श्रीधर केव्हा आला?" डॉ. जोशींनी श्रीधरकडे पाहत विचारलं.

"आताच येतोय काका," श्रीधर खाली बसत म्हणाला.

जमलेल्या लोकांपैकी काहीजण उठून अण्णांच्या पायाला स्पर्श करून येऊ लागले.

"वा! तू सुद्धा आज आमच्याबरोबर सरांचं 'दासबोधा'वरचं निरूपण ऐक! फार सुंदर बोलतात सर," डॉ. जोशी म्हणाले.

"अहो, तो तर घरचाच आहे. त्यांनी हे खूप वेळा ऐकलं असेल," डॉक्टरांच्या पत्नी म्हणाल्या.

"नाही हो वैनी. लिमये सरांनी रिटायरमेन्टनंतर हे सुरू केलं आहे. आधी वेळ कुठं होता त्यांना?" अण्णांबरोबर शाळेत शिक्षक असलेले पाटील सर म्हणाले.

यापूर्वी अण्णा 'दासबोध' नव्हे तर कुठल्याच ग्रंथावर मोकळेपणाने बोलल्याचं श्रीधरला आठवत नव्हतं. ते त्याच्याशी आणि वसंतशी फक्त त्यांच्या अभ्यासाविषयी किंवा शाळेतल्या इतर प्रगतीविषयी बोलायचे. अभ्यासातली कोणती शंका विचारली तर ती उत्तमरीतीने समजावून सांगायचे.

"सरांचं विवेचन अर्थपूर्ण आणि वाणी ओघवती आहे," सरांचा एक माजी विद्यार्थी म्हणाला.

"लिमये सर, टीव्हीवर सकाळी बोलणाऱ्या बुवांपेक्षासुद्धा छान बोलतात," अण्णांचे शाळेतले सहकारी काळे सर म्हणाले.

"श्रीधर, तू मुंबईत आहेस ना, तर टीव्हीवर नाही तर रेडिओवर अण्णांच्या कार्यक्रमाचं काही जुळवता येतं का ते बघ ना," पाटील सर म्हणाले.

त्यांना थांबवत अण्णा म्हणाले, "त्याची काही गरज नाही. ग्रंथ वाचताना मी स्वत: ते समजून घ्यायचा प्रयत्न करतो. मला जे थोडंफार समजतं, ते तुम्हाला सांगायचा मी प्रयत्न करतो. तुम्ही इथं येऊन ते प्रेमानं ऐकता, एवढं मला पुरेसं आहे."

"पण अण्णा यावेळी 'रामनवमी'ला उत्सवात तुमचं व्याख्यान ठेवायचं आहे. ते तुम्ही द्यायलाच पाहिजे. त्या बाबतीत आम्ही तुमचं काही ऐकणार नाही," डॉ. जोशींनी अण्णांना सांगितलं.

गावात प्रत्येक वर्षी 'रामनवमी'चा उत्सव जल्लोषात साजरा केला जाई. पाडव्यापासून 'रामनवमी'पर्यंत नऊ दिवस रोज रात्री देवळासमोरच्या पटांगणात भजन, कीर्तन आणि प्रवचनाचे वेगवेगळे कार्यक्रम सादर केले जात. त्यासाठी अगदी

मुंबईपासून ते गोव्यापर्यंतच्या प्रतिभावान आणि व्यासंगी कलाकारांना सन्मानाने बोलावले जाई. त्या 'राममंदिरा'त कार्यक्रम होणे, ही सादरकर्त्यांसाठीसुद्धा अभिमानाची बाब असे. हे कार्यक्रम पाहायला रत्नागिरीबरोबरच आजूबाजूच्या गावांतील लोकसुद्धा प्रचंड मोठ्यासंख्येने जमत. गाव सोडून कामानिमित्त मुंबई किंवा अन्य शहरांत गेलेले लोकसुद्धा 'रामनवमी'च्या उत्सवासाठी मुद्दाम गावी येत आणि संध्याकाळच्या कार्यक्रमांना आवर्जून उपस्थित राहत. श्रीधरनं अण्णांच्या चेहऱ्याकडे पाहिलं. अण्णांच्या चेहऱ्यावर उमटलेलं समाधान त्याला जाणवलं. 'रामनवमी'च्या उत्सवात प्रवचन देण्याच्या विनंतीमुळे अण्णा सुखावले होते. मुलं आणि संसारामध्ये अण्णांनी स्वत:च्या आवडी-निवडी आणि शिकवण्यांखेरीज इतर कला या सर्वांनाच मुरड घातली होती, हे श्रीधरला पुन: एकदा जाणवलं.

अण्णांनी हात उंचावले. जमलेले सर्व लोक शांत झाले. अण्णांनी समोरच्या 'दासबोधा'ला नमस्कार केला. श्रीधरचं लक्ष दुसऱ्या कोपऱ्याकडे गेलं. आई येऊन तिथे बसली होती.

"आज आपण 'श्री दासबोधा'मधील पहिल्या दशकांतील नवव्या समासाची चर्चा करणार आहोत," अण्णांनी सुरुवात केली

'आता स्तउं हा परमार्थ । जो साधकांचा निजस्वार्थ । नंतरी समर्थांमध्ये समर्थ । योग हा ॥" अण्णांनी श्लोक वाचला...

"परमार्थ म्हणजे चार पुरुषार्थांतील सर्वांत प्रमुख पुरुषार्थ. समर्थ म्हणतात, 'परमार्थ, म्हणजे इतरांना आनंद देण्याबरोबरच,स्वत:चं जीवन सुखी आणि समाधानी करणं सुद्धा तितकंच महत्त्वाचं आहे,' अण्णा बोलू लागले...

अण्णांचे उच्चार स्वच्छ होते, शैली ओघवती होती आणि त्यापेक्षाही महत्त्वाचं म्हणजे ते 'दासबोधा'तील श्लोकांचा लावत असलेला अन्वयार्थ सुरेख होता. पढिक विद्वानांप्रमाणे तो पारंपरिक नव्हता किंवा आध्यात्मिक गुरूंप्रमाणे फक्त भक्ती आणि मोक्ष यांचीच थोरवी सांगणारा सुद्धा नव्हता. अण्णा 'दासबोधा'च्या माध्यमातून सुखी आणि समाधानी जीवन जगण्याचा सोपा आणि सरळ मार्ग सांगत होते. तो कदाचित त्यांच्या स्वत:च्या जगण्याच्या पद्धतीतून आला होता आणि म्हणूनच श्रोत्यांच्या मनाला थेट भिडत होता. जमलेले सर्वजणच तल्लीन होऊन अण्णांचं बोलणं ऐकत होते. श्रीधरच्या मनात अण्णांबद्दलचा आदर भरून आला. त्याचवेळी इतक्या विद्वान आणि विचारी माणसानं थोड्याशा महत्त्वाकांक्षा ठेवायला हव्या होत्या, असंही त्याला वाटलं. अण्णा थोडेसे महत्त्वाकांक्षी असते, तर ते व्यावहारिकदृष्ट्या सुद्धा अधिक संपन्न आयुष्य जगू शकले असते, ही अण्णांबद्दलची त्यांच्या मनात असलेली भावना त्याला पुन: एकदा जाणवली. बेताच्या आर्थिक परिस्थितीमुळे अण्णांना त्यांच्या अनेक लहान-मोठ्या इच्छा माराव्या लागल्या, हे श्रीधरनं पाहिलं होतं. तो

लहान असताना गावामध्ये 'एम-एटी' नावाची एक मोपेड आली होती. अण्णांच्या शाळेतील काही शिक्षकांनी ती घेतली होती. ती मोपेड घ्यायची अण्णांची इच्छा होती. त्यासाठी त्यांनी बचत करून पैसे जमवले सुद्धा होते; पण त्याच वेळी मुलांच्या अभ्यासासाठी मुलांना वेगळी खोली देणं गरजेचं आहे, हे अण्णांच्या लक्षात आलं. त्यांनी मुलांसाठी खोली बांधली. जमवलेले सगळे पैसे त्यात खर्च झाले. अण्णांनी बँकेचं कर्ज काढून मोपेड घ्यावी आणि पगारातून हप्ते भरावेत, असं त्यांच्या काही मित्रांनी सांगितलं; पण अण्णा कोणत्याही कामासाठी कर्ज घेण्याच्या संपूर्ण विरोधात होते. मोपेड घेणं तसंच राहून गेलं. अण्णा आजही सायकलवरूनच फिरतात... श्रीधरला अचानक उदास वाटलं. आई-अण्णांसाठी लहान का होईना गाडी घ्यायची आणि त्यांना फिरवण्यासाठी ड्रॉयव्हर ठेवायचा, ही श्रीधरची बऱ्याच दिवसांपासूनची इच्छा होती. आपण आपल्या आई-अण्णांसाठी काहीही करू शकत नाही. आपण स्वत: मोठ्या आर्थिक अडचणीत आहोत, हे श्रीधरला जाणवलं. त्याला स्वत:ची खंत वाटली. त्याने अण्णांकडे पाहिलं. अण्णा त्याच्याकडेच पाहत होते. प्रवचन करताना सुद्धा ते आपल्या चेहऱ्यावर काहीतरी शोधत आहेत, असं श्रीधरला वाटलं...

सकाळी श्रीधर उठला तेव्हा साडेसात वाजले होते. तो बाहेरच्या खोलीत आला. अण्णा झोपाळ्यावर बसून चहा घेत होते. कपड्यांवरून नुकतेच बाहेर जाऊन आले आहेत, असं वाटत होतं.

"अण्णा, कुठे बाहेर गेला होता का?"

"हो. जरा फिरून आलो. काही मित्रमंडळी कित्येक वर्षांपासून सकाळी फिरायला जातात. निवृत्तीनंतर मी सुद्धा त्यांच्याबरोबर जायला लागलो. तेवढाच व्यायाम होतो आणि सकाळी मित्रांबरोबर गप्पा मारून ताजंतवानं वाटतं."

अण्णांनी चहा संपवून कप बाजूला ठेवला. अण्णा खरंच प्रसन्न दिसत होते.

तेवढ्यात आतून आई आली. तिच्या हातात चहाचा कप होता. तिने तो श्रीधरच्या हातात दिला.

"नाश्त्याला नारळाच्या रसाबरोबर घावन करते. तू येणार म्हणून कालच पीठ तयार करून ठेवलं आहे," ती म्हणाली.

"अगं, मला अजून एक कप चहा देतेस का?"

"आणते" असं म्हणत आई आत गेली.

तेवढ्यात वसंत आला. तो सकाळच्या कुठल्यातरी क्लासला जाऊन आला होता.

"काय रे आज उशीर झाला?" अण्णांनी विचारलं.

"वाटेत शिराळकर काकासराफ भेटले होते," वसंत खुर्चीत बसत म्हणाला.

''काय म्हणत होते?'' अण्णांनी विचारलं.

''मागच्या वेळेचंच! यावर्षी सुद्धा त्यांच्या मुलाची शिकवणी तुम्ही घ्यावी, म्हणून विनंती करत होते. त्यांच्या मुलाबरोबर आणखी चार मुलांची, म्हणजे मागच्या वर्षी ज्यांची शिकवणी घेत होतात, त्या सगळ्या बॅचची या वर्षीसुद्धा तुम्हीच घ्या म्हणून सांगत होते.''

तितक्यात आई आली. तिने हातातला चहाचा कप अण्णांच्या हातात दिला.

''फार गोड मुलं आहेत ती,'' चहाचा घोट घेऊन अण्णा म्हणाले. ''पण मी आता कंटाळलोय. गेली पंचेचाळीस वर्षं मी मुलांना शिकवतोय. आता मला जरा आराम करत, बायकोच्या हातचा दोन-दोन कप चहा पीत मुलांबरोबर गप्पा मारू देत.'' ते हसत-हसत म्हणाले.

''मी शिराळकर काकांना तसं सांगितलं,'' वसंत म्हणाला.

''ते बरं केलंस,'' अण्णा म्हणाले. मग श्रीधरकडे पाहत त्यांनी विचारलं, ''रात्री झोप व्यवस्थित लागली ना श्रीधर? आता बरं वाटतंय ना?''

''मी बराच आहे अण्णा,'' श्रीधर म्हणाला.

''हो रे! पण काल प्रवचन सुरू असताना तुझा चेहरा एकदम थकलेला दिसत होता म्हणून विचारलं,'' अण्णा म्हणाले.

''एवढा प्रवास करून आला होता तो. थकलेला दिसणारच ना!'' आई म्हणाली.

''पण तू मधेच असा अचानक कसा आलास?'' अण्णांनी विचारलं

''थोडंसं काम होतं म्हणून आलो,'' श्रीधर म्हणाला.

''इथे काय काम काढलंस?'' अण्णांनी विचारलं.

''आपले मनोहर लेले आहेत ना, गणेश सहकारी पतसंस्थेचे डायरेक्टर, त्यांना भेटायचं आहे,'' श्रीधरनं सांगितलं.

''त्यांच्याकडे काय काम आहे?'' अण्णांनी विचारलं.

''कारखान्यातलं उत्पादन सध्या कमी झालं आहे ना... ते पुन्हा व्यवस्थित सुरू करायला थोडे पैसे हवे आहेत. ते सिद्धिविनायक सहकारी पतसंस्थेकडून घ्यावेत, असा विचार करतो आहे,'' श्रीधर म्हणाला.

अण्णा चहाचा घोट घेताघेता थांबले. त्यांनी कप तसाच हातात धरून ठेवला. आई शांत उभी राहून श्रीधरकडे पाहू लागली. वसंत आई आणि अण्णांकडे पाहत राहिला. आतापर्यंत प्रसन्न असलेल्या वातावरणात अचानक ताण निर्माण झाल्याचं, श्रीधरला जाणवलं.

''तुझ्या मुंबईच्या बँकेने तुझी मशिन्स तारण म्हणून ठेवून घेतली आहेत आणि त्या बदल्यात कंपनी चालवायला ती कर्ज देते, असं तू सांगितलं होतंस,'' अण्णा म्हणाले.

"तसंच आहे अण्णा. पण बँकेचे थोडे हप्ते भरायचे राहिले आहेत, त्यामुळे ती अजून कर्ज द्यायला तयार नाही... बँकेचा तसा नियम आहे," श्रीधरनं सांगितलं.

"उत्पादन पुन्हा सुरू करण्यासाठी तुला किती रक्कम लागणार आहे?" अण्णांनी विचारलं.

"तीन लाख," श्रीधर हळू आवाजात म्हणाला.

काही क्षण शांततेत गेले.

"उत्पादन न वाढवता आहे तसंच ठेवलं तर नाही का चालणार?" अण्णांच्या आवाजात ताण जाणवत होता.

"तसं केलं तर कंपनी पूर्णपणे बंद पडेल. कंपनी बंद पडली तर आतापर्यंत घेतलेलं बँकेचं कर्ज फेडायचा दुसरा कोणताच मार्ग आपल्याकडे नाही," श्रीधर म्हणाला.

काही क्षण तसेच गेले. मग आई स्वयंपाकघराच्या दिशेने निघून गेली. वसंत तसाच बसून श्रीधरकडे पहात राहिला. अण्णा झोपाळ्यावरून उतरले...

सिद्धिविनायक सहकारी पतसंस्थेचं ऑफिस एका नव्याने बांधलेल्या इमारतीच्या दुसऱ्या मजल्यावर होतं. मुख्य दरवाजा काचेचा होता. श्रीधर दरवाजा उघडून आत गेला. दरवाजा उघडल्यावर एक छोटासा व्हरांडा केला होता. त्या व्हरांड्यात एका स्टुलावर शिपाई बसला होता. त्याने श्रीधरला नाव आणि काम विचारले. श्रीधरनं 'मोहन लेलेंना' भेटायचं आहे, असं सांगितलं. "तुम्ही इथेच थांबा. मी साहेबांना विचारून येतो," असं म्हणत तो आत गेला व लगेचच परत आला. 'चला' असं म्हणून तो श्रीधरला आत घेऊन गेला. आतमध्ये दोन टेबलं होती. त्यावर दोन डेस्कटॉप ठेवले होते. चार-पाच माणसं तिथे काम करत होती. शिपायाने एका टोकाला असलेल्या केबिनकडे बोट दाखवलं. तिथे जाऊन श्रीधरने दरवाजा हलकेच ठोठावला.

"या. आत या." आतून आवाज आला.

श्रीधर दरवाजा उघडून आत गेला. आत एका टेबलामागे मध्यमवयीन माणूस बसला होता.

"या लिमये. बसा." लेलेंनी श्रीधरचं स्वागत केलं.

श्रीधर त्यांच्याशी हस्तांदोलन करून समोरच्या खुर्चीवर बसला.

"रत्नागिरीत केव्हा इलात?" लेलेंनी विचारलं.

"काल रात्री," श्रीधरनं उत्तर दिलं.

"काय म्हणते तुमची मुंबई? या पावसाळ्यात पण तुंबई होणार का?"

"पावसाळ्यात तुंबणं हे मुंबईचं व्रत आहे, ते ती चुकवत नाही." श्रीधर म्हणाला.

लेले मनापासून हसले.

"सर, तुम्ही माझं प्रपोजल वाचलंत का?" श्रीधर काहीशा अधिरतेनं मुद्द्यांवर आला.

"हो. तुमचं प्रपोजल मी वाचलं. तुम्ही ई-मेल केलेले सगळे दस्तऐवज आमच्या मॅनेजरकडे दिलेत. त्यांनी ते सगळं व्यवस्थित बघितलं आहे. आपण त्यांना बोलवू या," असं म्हणत लेलेंनी बेल दाबली.

मगाशी आलेला शिपाई आत आला... "खेडेकर साहेबांना बोलाव," लेलेंनी सांगितलं. शिपाई बाहेर गेला व काही मिनिटांतच खेडेकर आत आले. त्यांच्या हातात एक फाइल होती.

"बसा खेडेकर. हे लिमये. मुंबईहून आले आहेत," लेलेंनी सांगितलं.

श्रीधरने खेडेकरांकडे पाहून स्मित केलं.

"यांचा प्रस्ताव सगळ्या तपशिलांबरोबर मी तुमच्याकडे दिला होता. तुमचं त्यावर काय मत आहे?" लेलेंनी विचारलं.

"साहेब, मी तो सगळा प्रस्ताव व्यवस्थित वाचला." बोलता-बोलता खेडेकरांनी हातातली फाइल उघडली.

त्या आकड्यांकडे लांबून बघितल्याबरोबर तो आपण पाठवलेला प्रस्ताव आहे, हे श्रीधरच्या लक्षात आलं. त्यावर खेडेकरांनी लाल आणि निळ्या शाईत काही शेरे मारले होते.

"साहेब, लिमयांच्या कंपनीची सध्याची सगळी मालमत्ता यांनी ज्या बँकेकडून कर्ज घेतलं आहे, त्यांच्याकडे गहाण आहे. कंपनीच्या सगळ्या मालमत्तेवर त्या बँकेचा अधिकार आहे. त्यामुळे लिमयेंची कंपनी आपण दिलेलं कर्ज जर काही कारणानं परत करू शकत नसेल, तर ते कर्ज वसूल करण्यासाठी आपल्याकडे काही रस्ता उरत नाही. म्हणून हा प्रस्ताव आपल्या पतसंस्थेला स्वीकारता येईल, असं वाटत नाही," खेडेकर लेलेंकडे पहात म्हणाले.

श्रीधरच्या शेवटच्या आशा सुद्धा संपुष्टात येताना दिसत होत्या.

"सर, काही उपाय शोधता येईल का?" शेवटचा प्रयत्न म्हणून श्रीधरनं लेलेंना विचारलं.

लेले काही वेळ विचार करत राहिले. मग सावकाश म्हणाले, "जर तुमचा कारखाना रत्नागिरीत असता तर कदाचित स्थानिक रोजगार सुविधा किंवा तशा एखाद्या योजनेत मी तुम्हाला मदत करू शकलो असतो; पण सध्याच्या परिस्थितीत काही करता येईल, असं वाटत नाही."

खेडेकरांनी त्यांच्यासमोरची फाइल बंद केली. श्रीधर केबिनच्या बाहेर पडला.....

श्रीधर घरी आला तेव्हा अण्णा बाहेरच्या खोलीत येरझाऱ्या घालत होते. पूर्वी त्याच्या

आणि वसंतच्या परीक्षांच्या निकालाच्या आदल्या दिवशी अण्णा असेच अस्वस्थपणे येरझाऱ्या घालत असत.

श्रीधरला बघून ते म्हणाले, "अगदी योग्य वेळी आलास. आताच तुझ्या आईला चहा टाकायला सांगणार होतो." मग स्वयंपाकघराकडे पाहत त्यांनी सांगितलं, "अगं श्रीधर पण आलाय, त्याचा पण चहा टाक."

आई लगेचच चहा घेऊन आली. बहुतेक चहा केव्हाचाच तयार होता, फक्त ते श्रीधर येण्याची वाट पाहत होते. आई पाठोपाठ वसंत सुद्धा आला.

"जाय-यायला रिक्षा व्यवस्थित मिळाल्या ना? रत्नागिरीत अलीकडे रिक्षा मिळणं अवघड झालंय," अण्णा म्हणाले.

"रिक्षा लगेच मिळाल्या अण्णा," श्रीधरनं उत्तर दिलं.

काही क्षण शांततेत गेले.

"काय म्हणाले मोहन लेले?" अण्णांनी सावकाश विचारलं.

"कंपनीची सगळी मालमत्ता बँकेकडे गहाण आहे. त्यामुळे सिद्धिविनायक सहकारी पतसंस्था कर्ज देऊ शकत नाही," श्रीधरनं उत्तर दिलं.

खोलीमध्ये शांतता पसरली.

"श्रीधर, मी दुपारी तुझ्यासाठी चकल्या केल्या आहेत त्या घेऊन येते," असं म्हणून आई आत गेली.

अण्णा शांत बसून राहिले. वसंत दरवाजातून बाहेर बघत राहिला. त्याच्या डोक्यात कसलेसे विचार सुरू असावेत. आई चकलीची बशी घेऊन आली, "बघा रे चकली जमली आहे का?" असं म्हणत तिने ती बशी स्टुलावर ठेवली.

अण्णा अजूनही तसेच शांत बसून होते. थोडावेळ कुणीच काही बोललं नाही.

"यांतूनही काहीतरी मार्ग काढू..." अण्णा शांतपणे म्हणाले...

रात्री अण्णांचं प्रवचन सुरू झालं.

"धन्य धन्य हा नरदेहो । येथील अपूर्वता पहा हो । जोजो कीजे परमार्थ लाहो । तोतो पावे सिद्धितें ।।" अण्णा बोलू लागले...

त्या रात्रीचं प्रवचन सुद्धा उत्तम रंगलं. प्रवचन संपल्यावर श्रोते उठू लागले, तसं अण्णांनी सर्वांना पुन: एकदा बसायला सांगितलं. हात जोडून ते म्हणाले, "आज आपला 'दासबोधा'तील महत्त्वाचा अध्याय संपला. गेले काही दिवस आपण सगळे इथे रोज नियमितपणे जमून 'दासबोधा'वर चर्चा करतो आहोत. खूप समाधान मिळतंय.... पण उद्यापासून आपल्या या प्रवचनांमध्ये काही काळ खंड पडणार आहे."

श्रोत्यांना आश्चर्य वाटलं असावं. त्यांच्यामध्ये कुजबुज सुरू झाली.

''काहो लिमये सर? एवढी सुंदर प्रवचनं सुरू आहेत, अचानक का बंद करताय?'' काळे सरांनी विचारलं.

अण्णा काहीक्षण थांबून म्हणाले, ''प्रवचनं बंद करत नाही, फक्त ती रोज न होता जेव्हा वेळ मिळेल तेव्हा ती नक्की होतील. तुम्ही सर्व रोज जमून मी जे काही बोलत होतो ते ऐकत होतात, याबद्दल मी तुमचा सर्वांचा आभारी आहे.'' अण्णांनी पुन: एकदा हात जोडले.

श्रोते उठू लागले. त्यांची निराशा जाणवत होती. अण्णांनी अचानक हा निर्णय का घेतला, हे श्रीधरच्या लक्षात येत नव्हतं. तो तसाच बसून राहिला. वसंत गोंधळून गेला होता. आईचा चेहरा मात्र शांत होता. अण्णांनी हा निर्णय का घेतला आहे, हे कदाचित तिला माहिती होतं...

दुसऱ्या दिवशी सकाळी श्रीधर थोडा लवकरच बाहेरच्या खोलीत आला. तो जवळपास रात्रभर जागाच होता. पैसे उभे करण्याचा कोणताही मार्ग त्याला दिसत नव्हता. तो बाहेर आला तेव्हा अण्णा झोपाळ्यावर नव्हते. त्यांच्या खोलीतून ट्रंक उघडल्याचे आवाज येत होते. त्याने अण्णांच्या खोलीत डोकावून बघितलं. त्यांनी पलंगाखाली ठेवलेल्या ट्रंका बाहेर काढल्या होत्या. त्यातून ते काही सामान बाहेर काढत होते. ते घरच्याच कपड्यात होते. बहुतेक ते आज फिरायला गेले नसावेत. श्रीधर पुन्हा येऊन खुर्चीवर बसला. आतून आई, ''उठलास का रे श्रीधर?'' असं म्हणत त्याच्यासाठी चहा घेऊन आली. तिने चहाचा कप त्याच्या हातात दिला. तेवढ्यात वसंत आला. तो क्लासला जाऊन आला होता. तो श्रीधर शेजारी बसला. तेवढयात अण्णा आले.

''झोप व्यवस्थित झाली ना श्रीधर?'' ते श्रीधरच्या चेहऱ्याकडे पाहत म्हणाले.

''होय अण्णा. पण तुम्ही अचानक प्रवचनं का बंद केलीत?'' श्रीधरने अण्णांना विचारलं.

''वसंत, तू शिराळकर सराफांना निरोप सांगितलास?'' श्रीधरच्या प्रश्नाला बगल देत अण्णांनी वसंतला विचारलं.

''हो. त्यांना आनंद झाला. त्यांनी आज तुमच्या सोयीप्रमाणे दुकानात येऊन जायला सांगितलं आहे,'' वसंत म्हणाला.

अण्णा काही वेळ शांत बसले.

मग सावकाश बोलू लागले, ''श्रीधर, तुला कारखान्यात व्यवस्थित उत्पादन करणं आवश्यकच आहे. ते केलं नाहीस तर तुझं ..... भविष्य धोक्यात येईल. त्यासाठी तीन लाख रुपये कोणत्याही परिस्थितीत उभे केलेच पाहिजेत. सुदैवाने निवृत्तीच्यावेळी मला प्रॉव्हिडन्ट फंडाचे जवळपास सव्वातीन लाख रुपये मिळाले आहेत. त्याचा चेक मी तुला देतो. जाताना घेऊन जा.''

"पण अण्णा ते तुमचं शेवटचं सेव्हिंग आहे. ते मला देऊन तुम्ही तुमचा खर्च कसा भागवणार?" श्रीधरनं विचारलं.

"मला महिना सहाशे रुपये पेन्शन आहे. त्याचबरोबर मी माझ्या शिकवण्या पुन: सुरू करतो आहे. ट्रंकेत ठेवलेली सगळी पुस्तकं सकाळीच बाहेर काढली आहेत. शिराळकरांनी भेटायला बोलावलच आहे. दुपारी त्यांना भेटून त्यांच्या मुलाची आणि त्याच्या मित्रांच्या बॅचची वेळ निश्चित करतो. 'मालगुंड'मधल्या माझ्या विद्यार्थ्यांचे पालक सुद्धा चौकशी करत होते. शनिवार-रविवार तिकडे जाईन. एवढ्या उत्पन्नात आमचं उत्तम भागेल. तू इकडची काळजी करू नकोस."

"पण अण्णा मला तुमच्याकडून हे पैसे घेणं पटत नाही," श्रीधर ओढलेल्या आवाजात म्हणाला.

"हे पैसे मी तुला उधार देतो आहे. तुला पैसे मिळू लागले, की महिन्या-महिन्याला थोडे-थोडे मला परत करत जा," अण्णा म्हणाले.

"पण तोपर्यंत अण्णा, तुम्हाला परत शिकवण्या घ्याव्या लागणार..." श्रीधरचा आवाज आता जड झाला होता.

"ते उलट बरं आहे श्रीधर. दिवसभर घरात बसून मला कंटाळा येत होता. परत एकदा मुलांमध्ये गेलो, की मलासुद्धा बरं वाटेल." अण्णा म्हणाले.

"ते बाहेर जाऊ लागले तर मला सुद्धा आराम मिळेल. घरात बसून दिवसभर चहा नाही तर काहीतरी खायला मागत असतात." आई मध्येच म्हणाली.

अण्णा आणि वसंत हसले. आपल्या डोळ्यांच्या कडा ओलावत आहेत, असं श्रीधरला वाटलं...

अण्णांच्या प्रॉव्हिडन्ट फंडाचे पैसे आधी त्यांच्या बँकेच्या बचत खात्यात आणि नंतर स्वत:च्या खात्यात जमा करण्यासाठी आवश्यक असलेल्या औपचारिक बाबी पूर्ण केल्या. त्यानंतर मुंबईला परत जाण्यासाठी रात्रीच्या बसचं तिकीट काढलं. तो घरी आला तेव्हा वसंत घराच्या पायरीवरच बसला होता.

"अरे, तू इथे का बसला आहेस?" श्रीधरनं त्याला विचारलं.

"इथे वारा फार छान येतो. मी बसतो इथे कधीकधी. तू पण बस ना," वसंत म्हणाला.

"बँकेचं काम झालं?" वसंतनं विचारलं.

"हो. झालं." श्रीधरचा स्वर उदास होता.

"दादा , तू इथली काळजी अजिबात करू नकोस." वसंत श्रीधरच्या चेहऱ्याकडे पहात म्हणाला. "अण्णांच्या पेन्शनवर आणि शिकवण्यांवर आमचं व्यवस्थित चालेल, आणि तसं बघितलं तर जेमतेम सहा महिन्यांचा प्रश्न आहे." वसंत म्हणाला.

"सहा महिने सुद्धा नाही रे. कदाचित पुढच्या महिन्यापासूनच माझ्याकडे पैसे येऊ लागतील आणि मी अण्णांचे पैसे द्यायला सुरुवात करेन," श्रीधर म्हणाला.

"तुझे पैसे पुढच्या महिन्यापासून यायला लागतील, हे नक्कीच आहे पण तू अण्णांचे पैसे परत द्यायची गडबड करू नकोस. सहा महिन्यांत मी ग्रॅज्युएट होतोय. अण्णांची शाळा मला त्यांच्या जागी नोकरी द्यायला तयार आहे. मी ती नोकरी करायला लागलो, की माझा पगार सुरू होईल. नोकरी करतानाच मी बी.एड. करेन मग शाळा मला नोकरीत पर्मनन्ट करेल," वसंत म्हणाला.

श्रीधर वसंतकडे पाहू लागला.

वसंत पुढे म्हणाला, "तुझा कारखाना आता वाढतो आहे. तुला पैशाची गरज लागत राहणार आहे. तू तुझा कारखाना वाढवण्यावर लक्ष केंद्रित कर, आई-अण्णांना आरामात ठेवायची जबाबदारी माझ्यावर सोड."

श्रीधर वसंतकडे पाहत होता. वसंतचा चेहरा गोड होता. व्यायाम करून शरीर कमावल्यामुळं तो अधिकच देखणा दिसू लागला होता. शाळेत आणि नंतर कॉलेजमध्ये कित्येक सुंदर मुलींना वसंतशी मैत्री करायची होती, हे श्रीधरला माहीत होतं. पण वसंतनं त्या सर्वांना कटाक्षानं दूर ठेवलं होत. वसंतला स्वत:वरच्या जबाबदारीची नेहमीच जाणीव होती आणि आज श्रीधरपेक्षा पेक्षा पाच वर्षं लहान असलेला त्याचा लहान भाऊ जबाबदार मोठ्या भावासारखं बोलत होता. आपल्याशी एकांतात हे बोलता यावं, एवढ्याचसाठी तो पायऱ्यांवर आपली वाट पाहत बसला असावा, असंही श्रीधरला वाटलं.

श्रीधर काही वेळ शांत बसला. मग म्हणाला, "वसंत, काहीही झालं तरी तू शाळेत नोकरी करणार नाहीस. ग्रज्युएट झाल्याबरोबर तू मुंबईला येऊन एम. बी. ए. करणार आहेस." त्याचा आवाज निश्चयी असला तरी स्वरातलं हळवेपण वसंतला जाणवलं.....

रात्री जागल्यामुळे असेल किंवा प्रवासाच्या थकव्यामुळे असेल, दुपारी जेवण झाल्यावर श्रीधरला गाढ झोप लागली. त्याला जाग आली तेव्हा संध्याकाळचे साडेपाच वाजत आले होते. अण्णा कपडे करून कुठेतरी बाहेर जायच्या तयारीत होते.

"तुझी बस किती वाजता आहे?" त्यांनी श्रीधरला विचारले.

"रात्री आठ वाजता," श्रीधरनं उत्तर दिलं

"मग मी तुला रात्री भेटू शकणार नाही. मला यायला उशीर होईल. तू व्यवस्थित जा आणि स्वत:ची काळजी घे," अण्णा म्हणाले.

"पण तुम्ही कुठे चाललाय?" श्रीधरनं विचारलं.

"सकाळी शिराळकर सराफांना भेटायला गेलो होतो. त्यांनी आजपासूनच

शिकवणी सुरू करायला सांगितलीय तिकडे निघालो आहे,'' अण्णा म्हणाले.

श्रीधरनं अण्णांना वाकून नमस्कार केला.

''कसली अडचण आली तर कळव,'' बोलता बोलता अण्णा घराबाहेर पडले. त्यांनी सायकलवर टांग मारली आणि ते मुख्य रस्त्यावर गेले..

श्रीधर ते गेलेल्या दिशेकडे पहात स्वत:शीच विचार करू लागला......

''अण्णांना फार काळ शिकवण्या घ्यायची गरज पडणार नाही,'....... 'पुढच्या महिन्यात उत्पादन सुरू होईल... त्याच्या पुढच्या महिन्यात अडकलेले पैसे यायला सुरुवात होईल... बँकेचा हप्ता भरून बाकीचे सगळे पैसे अण्णांना पाठवून द्यायचे... फार फार तर दोन महिने... त्यांनतर मी अण्णांना प्रत्येक महिन्याला पैसे पाठवत जाईन......''

आणि आज एक वर्ष उलटून गेलं तरी तो अण्णांना एकदाही पैसे पाठवू शकला नव्हता....

आता परिस्थिती अधिक गंभीर झाली होती. अण्णांनी दिलेल्या पैशांतून श्रीधरने उत्पादन सुरू केलं. त्याच्या ग्राहकांनी ते मागच्या प्रमाणेच उधारीवर विकत सुद्धा घेतलं आणि उधारी फेडली नाही. ग्राहकांकडून येण्याची रक्कम वाढतच राहिली. श्रीधरला अण्णांनी दिलेले पैसे संपले. श्रीधरचे बँकेचे बरेच हप्ते थकले. बँकेने काही वेळ वाट पहिली व नंतर श्रीधरला राहिलेले हप्ते भरण्याची कायदेशीर नोटीस पाठवली; तरीही श्रीधर पैसे भरू शकला नाही.

श्रीधर जेव्हा त्याच्या ग्राहकांकडे आपले येणे असलेले पैसे मागायला जाई, तेव्हा ते काही दिवसांनी पैसे देण्याचे आश्वासन देत. पण त्यांच्यापैकी कुणीही आपले आश्वासन पाळत नसे. श्रीधर त्यांच्याकडे खेटे मारत राहिला व ते प्रत्येकवेळी पुढील काही दिवसांनी पैसे द्यायचे आश्वासन देत राहिले.

आता बँकेने श्रीधरकडे पैशाचा तगादा लावला. काही महिने तो घराचे हप्तेसुद्धा भरू शकला नव्हता. बँकेने ते घर विकून आपले कर्ज वसूल करायची तयारी सुरू केली. श्रीधरवर अक्षरश: रस्त्यावर यायची वेळ आली.

ग्राहकांकडून येणी वसूल करणं हा एकच मार्ग त्याच्यासमोर आता उरला होता. त्यानं एका वकिलामार्फत आपल्या सर्व ग्राहकांना आपली थकबाकी देण्यासाठी नोटीस पाठवली.

त्याचे ग्राहक व्यवहारात आणि एकंदरीत कुठल्याच बाबतीत कायद्याचं फारशा गंभीरपणे पालन करत नव्हते; आणि श्रीधरने पाठवलेल्या नोटिसांना केराची टोपली दाखवत होते. त्यापूर्वी श्रीधर पैसे मागायला गेला, की ते त्याला पैसे देण्याचं आश्वासन तरी देत होते, पण नोटीस मिळाल्यानंतर ते श्रीधरला भेटणंही टाळायला लागले.

त्याच वेळी श्रीधरला त्याचा जुना मित्र एकनाथ जाधव भेटला. जाधव श्रीधरच्या केमिकल इंजिनिअरिंगचा बॅचमेट होता. इंजिनिअरिंगची पदवी पूर्ण झाल्यांनतर पुढील शिक्षणासाठी तो अमेरिकेत गेला. तिथेच त्याला नोकरी मिळाली. नोकरीत थोडं स्थिरावल्यावर भारतात येऊन त्यानं घरच्यांनी ठरवलेल्या मुलीशी लग्न केलं व बायकोला घेऊन तो पुन्हा नोकरीवर रुजू झाला. आता त्याला दोन वर्षांची मुलगी होती. त्याचं उत्तम चाललं होतं. यावेळी महिन्याभराची सुट्टी घेऊन तो भारतात आला होता. त्यानं श्रीधरला फोन केला. ते दोघे जेवणासाठी एका हॉटेलमध्ये भेटले. जेवताना त्यांच्या मनमोकळ्या गप्पा झाल्या. जाधव त्याला अमेरिकेतल्या करिअरमधल्या संधी आणि एकूणच तिथली सुखदायक जीवनशैली याबद्दल सांगत होता.

श्रीधरनेही त्याला स्वतःचा बुडत असलेला व्यवसाय, बँकेचं कर्ज, ग्राहकांनी थकवलेली उधारी, कारखाना आणि घरावर जप्ती आणण्यासाठी बँकेने त्याला पाठवलेल्या नोटिसा यांविषयी सविस्तर सांगितलं.

''येत्या दोन महिन्यांत मी जर बँकेचं कर्ज फेडू शकलो नाही, तर मी दिवाळखोर म्हणून रस्त्यावर असेन आणि कदाचित 'कर्जबुडव्या' म्हणून तुरुंगात जाण्याच्या वाटेवर असेन,'' श्रीधर म्हणाला.

एकनाथ त्याच्याकडे पाहत राहिला. ''कर्ज फेडण्यासाठी पैसे उभे करायचा कुठला मार्ग तुझ्याकडे आहे?'' त्यानं विचारलं.

''कुठलाही नाही,'' श्रीधर शांतपणे म्हणाला.

''म्हणजे?'' एकनाथने विचारलं.

त्याला श्रीधरच्या थंडपणाचं आश्चर्य वाटलं असावं.

''म्हणजे कुठलीही बँक मला कर्ज द्यायला तयार नाही. माझ्या ग्राहकांनी माझे पैसे बुडवायची पूर्ण तयारी केली आहे. वडिलांना महिन्याला दोन हजार रुपये पेन्शन येते. त्यात ते त्यांचा आणि आईचा खर्च भागवतात. त्यांच्याकडे आता पैसे नाहीत आणि त्यांनी आधीच मला एवढे पैसे दिले आहेत, की त्यांच्याकडे काही मागायला मला तोंड नाही,'' श्रीधर म्हणाला.

''तू पोलिसांची मदत घेतली आहेस का?'' एकनाथने विचारलं.

''पोलीस मला यांत काय मदत करणार?'' श्रीधरने विचारलं. या वैयक्तिक आर्थिक व्यवहारात पोलीस आपल्याला काय मदत करणार, हे श्रीधरला समजत नव्हतं.

''माझे सख्खे मामा मुंबईत पोलीस डिपार्टमेंटमध्ये असिस्टंट कमिशनर आहेत. सध्या त्यांच्याकडे 'विक्रोळी विभागा'चा चार्ज आहे. मी त्यांच्याशी तुझ्याबद्दल बोलतो. कदाचित ते तुला मदत करतील.'' एकनाथ म्हणाला.

श्रीधरने मान डोलावली.

त्याचवेळी वेटरने बिल आणून ठेवलं. बिल भरून दोघे बाहेर पडले.

त्याच दिवशी रात्री श्रीधरचा मोबाइल वाजला. एकनाथ बोलत होता. "मी माझ्या मामांशी तुझ्या कामाबद्दल सविस्तर बोललो आहे. त्यांनी तुला उद्या दुपारी चार वाजता विक्रोळी पोलीस स्टेशनला बोलावलं आहे. वेळेवर जा. माझं नाव सांग. जाताना सगळी बिलं आणि संबंधित कागदपत्रं घेऊन जा." त्यानं सांगितलं.

श्रीधरने "हो" म्हणून फोन ठेवला. आपल्या कामात एकनाथच्या मामांची मदत होईल, असं त्याला फारसं वाटत नव्हतं; पण दुसरा कोणताही पर्याय नव्हता म्हणून तो काकांना भेटणार होता.

श्रीधरला खोलीत कुणाच्यातरी पावलांचा आवाज आल्यासारखं वाटलं. त्यानं चमकून पाहिलं. वसंत हातात चहाचे दोन कप घेऊन आत येत होता.

"तू कधी उठलास?" श्रीधरने विचारलं.

"थोडा वेळ झाला." असं म्हणत वसंतने चहाचा कप श्रीधरच्या हातात ठेवला.

"अरे, तू कशाला चहा करण्यात वेळ घालवलास? तुझं सातचं कॉलेज आहे... मी केला असता ना," श्रीधर म्हणाला.

"मला अजून भरपूर वेळ आहे. मी जाणार बरोबर वेळेत," वसंत म्हणाला.

वसंतनं रत्नागिरीमध्ये उत्तम मार्कांनी बी. कॉम. केलं होतं. आता एम. बी. ए. करण्यासाठी तो मुंबईत आला होता. तो श्रीधरबरोबर राहत होता. सकाळी त्याचं कॉलेज असायचं. ते संपलं की दुपारी एका क्लासमध्ये तो अकौंटन्सी शिकवायला जात असे. वसंत मेहनती मुलगा होता. तो स्वतःच कमवून स्वतःच्या शिक्षणाचा खर्च भागवत होता. श्रीधर आर्थिक अडचणीत आहे, हे त्याला माहीत होतं. घरातलं जेवणाखाण्याचं सामान बऱ्याच वेळा वसंतच आणायचा. श्रीधरला वाईट वाटू नये म्हणून, 'त्या भागात गेलो होतो म्हणून आणलं,' किंवा 'आज डिस्काउंट ऑफर दिसली म्हणून सामान घेतलं,' अशी कारणं सांगायचा. श्रीधरला अशावेळी स्वतःच्या परिस्थितीची जास्तच खंत वाटायची, पण त्याच वेळी आपल्या भावाचं आपल्यावरचं प्रेमसुद्धा जाणवायचं.

"दादा, तुला पण आज काही महत्त्वाच्या मीटिंग्ज आहेत ना?" चहा पिता पिता वसंतने विचारलं.

"हो. निघेनच मी एवढ्यात," श्रीधर म्हणाला.

त्याच्या आवाजातलं दडपण वसंतला जाणवलं. काहीक्षण तो शांत राहिला. मग म्हणाला, "काळजी करू नकोस, मीटिंग उत्तम होईल."

त्याच्या या बोलण्यात विश्वासापेक्षा श्रीधरला बरं वाटावं, हाच हेतू होता. खरंतर आपल्या कसल्या मीटिंग्ज आहेत, हे श्रीधरनं वसंतला मुळीच सांगितलं नव्हतं. आपला दादा मोठ्या आर्थिक अडचणीत आहे आणि त्यांतून बाहेर पडण्यासाठी

तो खूप प्रयत्न करतोय, एवढंच वसंतला माहीत होतं. योग्य वेळी दादा आपल्याला सगळं सांगेल, याची त्याला खात्री होती. म्हणून त्यानं श्रीधरला काही विचारलं नव्हतं.

त्यांचा चहा पिऊन झाला. वसंत तयार होण्यासाठी आत गेला. श्रीधर आजच्या मीटिंगसाठी आवश्यक असणारी कागदपत्रं आणि फाइल्स व्यवस्थित लावू लागला.

दुसऱ्या दिवशी दुपारी चार वाजता श्रीधर विक्रोळी पोलीस ठाण्यात पोहोचला. ती दोनमजली इमारत होती. इमारतीभोवती साधारण चार फूट उंचीच्या भिंतीचं कुंपण होतं. कुंपणातून आत शिरण्यासाठी लोखंडी फाटक होतं. श्रीधर फाटकातून आत शिरला. ते फाटक आणि मुख्य इमारत यांच्यामध्ये बरीच मोकळी जागा होती. तिथे पोलिसांच्या तीन-चार व्हॅन्स उभ्या होत्या. त्यांच्या आसपास काही पोलीस तसेच काही साध्या कपड्यांतले नागरिक उभे होते. मुख्य इमारतीच्या पहिल्या मजल्यावर काही खोल्या होत्या. मध्यभागी वरच्या मजल्यावर जाण्यासाठी लाकडी जिना होता. जिन्याजवळ एक लाकडी टेबल होतं. त्या टेबलाच्या दुसऱ्या बाजूला दोन खुर्च्या होत्या. त्यापैकी एका खुर्चीवर एक पुरुष तर दुसऱ्या खुर्चीवर एक महिला पोलीस बसलेल्या होत्या. टेबलावर कागदांचे गठ्ठे पडले होते. त्यांच्यासमोर एक मोठा बाक ठेवला होता. त्यावर दोन पुरुष आणि एक महिला बसली होती. पोलीस त्या तिघांशी बोलत होते. मध्येच आपल्या समोरच्या कागदांवर काहीतरी लिहून घेत होते. इमारतीत सर्वत्र गणवेशातील पोलीस फिरत होते. साध्या कपड्यांतील माणसेसुद्धा बरीच दिसत होती.

श्रीधर आयुष्यात पहिल्यांदाच पोलीस ठाण्यात आला होता. त्याच्यावर थोडंसं दडपण येऊ लागलं होतं. एका बाजूला दोन हवालदार गप्पा मारत उभे होते. 'जाधव साहेब कुठे बसतात,' हे विचारण्यासाठी श्रीधर त्यांच्याजवळ गेला.

पण श्रीधर काही बोलायच्या आधीच त्यापैकी एका हवालदाराचं त्याच्याकडे लक्ष गेलं. त्यानं क्षणभर श्रीधरकडे बघितलं आणि म्हणाला, "पाकीट मारलं गेलंय? तिथं जाऊन एफ.आय.आर. लिहा." आणि त्यानं जिन्याखालच्या टेबलाकडे बोट दाखवलं.

"नाही. माझं पाकीट नाही मारलं कोणी. मला जाधवसाहेबांना भेटायचं आहे. मला त्यांनी अपॉइंटमेंट दिली आहे," श्रीधर म्हणाला.

आता त्या दोघांनी आपली चर्चा थांबवली. त्यातल्या एकाने त्या मोकळ्या जागेत नजर फिरवली. "साहेबांची गाडी दिसत नाही, साहेब नाहीत बहुतेक. तुम्ही तिकडं जावा. तिथं सुर्वे आहे, तो सांगेल तुम्हाला," तळमजल्यावरच्या एका खोलीकडे बोट दाखवत तो म्हणाला.

त्यांना "थँक यू" म्हणून श्रीधर त्यांनी सांगितलेल्या खोलीकडे गेला.

ती एक छोटी खोली होती. तिथे एक लाकडी टेबल आणि खुर्ची होती. एक हवालदार त्या खुर्चीत बसून टेबलावरच्या वहीमध्ये काहीतरी लिहीत होता. तो सुर्वे असावा. त्याच्यासमोर दोन हवालदार आणि एक साध्या कपड्यांतला माणूस उभा होता.

''मला जाधवसाहेबांना भेटायचं आहे,'' श्रीधरनं सांगितलं.

''साहेब बाहेर गेलेत,'' मान वरसुद्धा न करता सुर्वे म्हणाला.

''माझी अपॉइंटमेंट आहे,'' श्रीधर म्हणाला.

''नाव काय आपलं?'' यावेळी मान वर करून सुर्वेने श्रीधरकडे पाहिलं.

श्रीधरने त्याला आपलं नाव सांगितलं.

''तुम्ही तिथे बसा, साहेब आले की, सांगतो.'' व्हरांड्यातल्या एका बाकाकडे बोट दाखवत सुर्वे म्हणाला आणि तो पुन्हा आपल्या लिहिण्याच्या कामात गढून गेला.

श्रीधर व्हरांड्यात जाऊन त्या बाकावर बसला. तिथून त्याला पोलीस ठाण्याचं फाटक आणि समोरची मोकळी जागा दिसत होती. काही क्षण तो तिकडे बघत राहिला; तेवढ्यात सुर्वेच्या टेबलाजवळ उभा असलेला माणूस, 'नमस्कार साहेब' म्हणत त्याच्याजवळ आला.

श्रीधरने त्याच्याकडे अनोळखी नजरेनं पाहिलं.

''चिटफंडवाल्यांनी फसवलं काय?'' त्या माणसाने विचारलं.

श्रीधरला काहीच समजलं नाही. तो त्या माणसाकडे पाहत राहिला.

''मी जगन एकबोटे,'' त्या माणसाने स्वत:ची ओळख करून दिली आणि आत्मविश्वासाने भरलेल्या आवाजात पुढे बोलू लागला, ''तुम्ही काही काळजी करू नका. कुठल्याही चिटफंडवाल्याने पैसे घेतले असतील तरी आम्ही ते मिळवून देतोच. तो चिटफंडवाला कुठेही पळाला असेल तरी आम्ही त्याला शोधून तुमच्यासमोर आणू,'' एकबोटे आत्मविश्वासाने म्हणाला.

''नाही चिटफंडाचा काही प्रॉब्लेम नाही.'' श्रीधर म्हणाला.

''मग घरी चोरी झाली काय? तुम्ही काही काळजी करू नका. मुद्देमालासकट चोर पकडतो आणि तुमच्या वस्तू तुमच्या घरी पोहोचवायची व्यवस्था करतो,'' तो त्याच आत्मविश्वासानं म्हणाला.

''नाही. माझ्या घरी चोरी झालेली नाही,'' श्रीधरने त्याला सांगितलं.

''मग गाडी चोरीला गेली का? मग तर एकदमच सोप्पं आहे. गाडी घेऊन चोर भारतात कुठेही पळू देत, आठ दिवसांत त्याला तुमच्यासमोर गाडीसकट उभा करतो,'' एकबोटेने त्याला उत्साहाने सांगितलं.

''आपण पोलिसात कुठल्या पदावर अधिकारी आहात?'' श्रीधरने त्याला विचारले.

“मी पोलिसात अधिकारी नाही... खरंतर मी पोलिसमध्ये पण नाही.” एकबोटेने शांतपणे उत्तर दिलं.

“मग तुम्ही हे सगळं कसं करणार?” श्रीधरने विचारलं.

“मी पोलिसमित्र आहे.” एखादं फार महत्त्वाचं रहस्य सांगावं, अशा आवाजात एकबोटेने उत्तर दिलं.

“पोलिसमित्र म्हणजे?” काहीच न समजून श्रीधरने विचारलं.

“तुमच्यासारख्या अनेक सभ्य लोकांची पोलिसांकडे अनेक प्रकारची कामं असतात. पोलिसांना स्वत:ची कामं असतात. त्यामुळे तुमच्यासारख्यांची कामं करायला त्यांच्याकडे बऱ्याच वेळा, इच्छा असूनही वेळ नसतो. त्यामुळे तुमची कामं होत नाहीत.”

श्रीधर त्याचं बोलणं ऐकत होता.

“पोलिसांची कामं करायची एक सिस्टिम असते. जर तुमचं काम त्या सिस्टिममध्ये बसलं तर ते लगेच होऊन जातं; पण तुम्ही ते सिस्टिममध्ये बसवू शकत नाही, कारण तुम्हाला ती सिस्टिम माहीत नसते. मी तुमच्यासारख्यांचं काम पोलिसांच्या सिस्टिममध्ये आणून देतो. त्यामुळे तुमच्यासारख्यांची महत्त्वाची कामं होऊन जातात.” एकबोटेने व्यवस्थित समजावून सांगितलं.

“यामध्ये तुम्हाला काय मिळतं?” श्रीधरने विचारलं.

“पैसे! काम करून घेण्यासाठी तुमच्यासारखे लोक थोडे पैसे खर्च करतात त्याला आपण ‘फी’ म्हणू शकतो.” एकबोटेने समजावून सांगितलं.

त्या वातावरणात श्रीधरला आधीच अस्वस्थ वाटत होतं. आता त्याला त्या सगळ्याचा उबग आला. पोलिसांकडून आपलं काम होणार नाही, अशी शंका त्याला आधीपासूनच होती. आता त्याची खात्री झाली. इथून उठून तडक बाहेर निघून जावं, असं त्याला वाटू लागलं. तो उठायच्या तयारीत होता; तितक्यात एक लाल दिव्याची पोलीस व्हॅन येऊन थांबली.

ती व्हॅन आल्याबरोबर पोलीस स्टेशनमध्ये एकदम धावपळ सुरू झाली. एका कॉन्स्टेबलने पळत जाऊन ड्रायव्हर शेजारचा दरवाजा उघडून धरला. व्हॅनमधून एक पन्नाशीच्या आत बाहेरचा माणूस उतरला. सुर्वे इतकावेळ मग्न होऊन करत असलेलं लिहिण्याचं काम तसंच सोडून त्या माणसाच्या स्वागतासाठी धावला.

“ए.सी.पी.जाधवसाहेब. या स्टेशनचे इन्चार्ज. एकदम डायनॅमिक माणूस. मला फार मानतात,” एकबोटे श्रीधरच्या कानात पुटपुटला.

जाधवसाहेबांचं व्यक्तिमत्त्व रुबाबदार होतं. शरीरयष्टी कमावलेली होती. रंग सावळा होता. चेहऱ्यावर जाड कोरीव मिशा होत्या. चेहऱ्यावर काहीसे उग्र भाव होते, पण ते त्यांच्या अंगावरील गणवेशाला शोभून दिसत होते. व्हॅनमधून उतरून ते

वेगाने इमारतीच्या दिशेने येऊ लागले. वाटेत सगळे पोलीस त्यांना सलाम ठोकत होते. सुर्वे हातात फाइल घेऊन त्यांच्या मागे धावत होता. एकबोटेसुद्धा आपल्या जागेवर उठून उभा राहिला होता. जाधवसाहेब कुणाकडेही लक्ष न देता जिन्यावरून वरच्या मजल्यावर निघून गेले. श्रीधर आपल्या जागेवर तसाच बसून होता. दोन-तीन मिनिटांत सुर्वे खाली आला. श्रीधरसमोर येऊन त्यानं, 'साहेबांनी तुम्हाला बोलावलं आहे,' असं सांगितलं. श्रीधर त्यांच्या केबिनकडे जाण्यासाठी उठून उभा राहिला.

"तुम्ही काही घाबरू नका. काही गरज पडली तर मला सांगा," एकबोटे त्याला म्हणाला.

त्याच्याकडे लक्ष न देता श्रीधर चालायला लागला.

श्रीधर जाधवसाहेबांच्या केबिनमध्ये पोहोचला. त्यांची केबिन बऱ्यापैकी मोठी होती. लाकडी टेबल होतं. जाधवसाहेब लेदरचं कव्हर असणाऱ्या आरामदायक खुर्चीवर बसले होते. त्यांच्यासमोर एका रांगेत चार खुर्च्या मांडल्या होत्या आणि अशा पाच रांगा होत्या. त्या केबिनमध्ये एकावेळी सतरा-अठरा माणसे बसू शकली असती. केबिन एअर कन्डिशन्ड होती, पण त्या संपूर्ण वातावरणातच एक पोलिसी तणाव जाणवत होता. श्रीधर गेला, तेव्हा जाधवसाहेब केबिनमध्ये एकटेच होते. ते हातातल्या मोबाइलवर काहीतरी वाचत होते.

"मी श्रीधर. मला एकनाथने आपल्याला भेटायला सांगितलं आहे." श्रीधरने आपली ओळख करून दिली.

जाधवसाहेबांनी मान वर करून त्याच्याकडे पाहिलं. समोरच्या खुर्चीकडे इशारा करून 'बसा' असं सांगितलं आणि पुन्हा आपल्या वाचनात गढून गेले. श्रीधर खुर्चीवर बसला. दोन-तीन मिनिटांनंतर जाधवसाहेबांनी फोन खाली ठेवला. श्रीधरकडे पाहिलं आणि म्हणाले, "बोला श्रीधर. काय काम आहे?"

श्रीधरने त्यांना आपण स्वत:ची कंपनी कशी सुरू केली इथपासून, ते तो आता दिवाळखोरीच्या उंबरठ्यावर कसा आला आहे, इथपर्यंत सगळं सविस्तर सांगितलं. जाधवसाहेब त्याचं बोलणं लक्षपूर्वक ऐकून घेत होते. श्रीधर बोलायचा थांबला. काही क्षण दोघेही शांत बसले.

मग जाधवसाहेबांनी सावकाश विचारलं, "यामध्ये मी तुम्हाला काय मदत करावी, असं तुमचं म्हणणं आहे?"

श्रीधरने क्षणभर विचार केला.

"तुम्ही तुमच्या ओळखी, अधिकार आणि अनुभवांच्या आधारावर मला माझे अडकलेले पैसे वसूल करण्यासाठी मदत करावी, अशी विनंती आहे. त्या आशेने मी तुमच्याकडे आलो आहे." श्रीधरने उत्तर दिलं.

जाधवसाहेब काहीवेळ विचारात गढल्यासारखे बसून राहिले.

"तुम्ही ज्यांनी तुमच्याकडून माल घेतला त्या ग्राहकांची यादी, माल विकल्याची बिलं, त्यांना पाठवलेल्या कायदेशीर नोटिसा सगळं आणलंय का?" त्यांनी विचारलं.

श्रीधरने आपल्याकडची फाइलच त्यांच्यासमोर ठेवली.

जाधवसाहेबांनी ती उघडली. आतली कागदपत्रं व्यवस्थित पहिली व फाइल बंद केली. टेबलावरचा इंटरकॉम उचलून 'गाडेकरला आत पाठवा,' असं सांगितलं. गाडेकर लगेचच आत आले. ते सबइन्स्पेक्टर असावेत, असं श्रीधरला वाटलं.

"गाडेकर, जरा हा विषय बघून घ्या. मला पंधरा मिनिटांत काय ते सांगा." जाधवसाहेब म्हणाले.

गाडेकरने ती फाइल घेतली. जाधवसाहेबांना सलाम ठोकला आणि तो निघून गेला.

"चहा घेणार?" त्यांनी श्रीधरला विचारलं. श्रीधरच्या होकाराची वाट न पाहता त्यांनी इंटरकॉम उचलून दोन चहा पाठवायला सांगितले.

एक हवालदार चहा घेऊन आला. त्याच्यापाठोपाठ दुसरा एक जण काही कागदपत्रं घेऊन आला. त्यावर त्याला जाधवसाहेबांच्या सह्या हव्या होत्या. जाधवसाहेबांनी ती कागदपत्रं चाळली आणि त्यावर सह्या केल्या. त्यानंतर केबिनमध्ये कुणी ना कुणी येत राहिलं. साहेब त्यांच्याशी बोलत होते. त्यांनी दिलेली कागदपत्रं वाचत होते. श्रीधरचं या सगळ्याकडे लक्ष नव्हतं. तो आपल्याच विचारात गढला होता. जवळपास अर्धा तास उलटून गेला असावा. गाडेकर आत आला. त्याच्या हातात श्रीधरची फाइल होती. त्यावर एक कागद होता, त्यावर हाताने काही मुद्दे लिहिलेले दिसत होते. त्यानं ती फाइल जाधवसाहेबांच्या हातात दिली. जाधवसाहेबांनी त्यानं मुद्दे लिहून आणलेला कागद व्यवस्थित वाचला. नंतर त्याच्याकडे वळून म्हणाले, "थँक यू गाडेकर. मी गरज पडली तर तुम्हाला बोलावतो."

गाडेकरने त्यांना सलाम ठोकला आणि तो निघून गेला.

जाधवसाहेबांनी त्या कागदावर पुन्हा एक नजर फिरवली. मग श्रीधरकडे पाहिलं आणि, "या सगळ्या कंपन्या तुमच्या संपर्कात कशा आल्या?" असं विचारलं,

"मला कळलं, की त्या भागात लोखंडी फर्निचर बनवण्याचं काम चालतं. म्हणून मी स्वत: जाऊन त्यांना भेटलो." श्रीधरने सांगितलं.

"त्यांना तुमचे रंग विकण्यापूर्वी तुम्ही त्यांच्याबद्दल काही चौकशी केली होती?" साहेबांनी विचारलं.

"नाही. का?" श्रीधरच्या मनावरचं दडपण आता अजूनच वाढलं होतं.

"या कंपन्यांना कसलाही बेस किंवा बॅग्राउंड नाही. त्यांची कुठेही रीतसर नोंदणी झालेली नाही. बऱ्याच वेळा अशा कंपन्या वर्ष-दोन वर्ष चालतात आणि बंद पडतात. किंबहुना बंद पाडण्यासाठीच त्या सुरू केल्या जातात." साहेब बोलत होते.

श्रीधर स्तब्ध होऊन ऐकत होता.

"एखादा माणूस कुठल्यातरी वस्तू बनवण्याचं काम सुरू करतो. कच्चा माल पुरवणाऱ्यांकडून उधारीवर कच्चा माल घेऊन आपल्या वस्तू बनवत राहतो. उधारी वाढली आणि कच्चा माल पुरवणाऱ्यांनी कच्चा माल देणं बंद केलं, की दुसऱ्या प्रकारच्या वस्तू बनवायला सुरुवात करतो." जाधवसाहेब सांगू लागले.

श्रीधरला थोडं थोडं समजू लागलं होतं.

"आज जो माणूस लोखंडी फर्निचर बनवतो तोच माणूस, तिथेच किंवा दुसरीकडे कपडे बनवायला सुरुवात करतो. परवा चामड्याच्या वस्तू विकायला सुरुवात करतो... त्यासाठी कच्चा माल पुरवणारे नवीन लोक शोधतो. ज्यांनी आधी माल पुरवला आहे, अशा लोकांची उधारी कधीच चुकवत नाही..."

परिस्थिती आपल्याला वाटते त्यापेक्षाही कितीतरी गंभीर आहे, हे श्रीधरला कळून चुकलं.

"तुम्ही बनवलेला रंग नक्कीच चांगला असणार. तो वापरून त्यांचा खूप फायदा होत असणार, म्हणून त्यांनी तुम्हाला पहिल्या बऱ्याच कन्साइन्मेंट्सचे पैसे दिले. नाहीतर एक-दोन कन्साइन्मेंट्सनंतरच ते पैसे देणं थांबवतात," जाधवसाहेब पुढे म्हणाले.

आपण बनवलेला नव्या प्रकारचा रंग चांगला आहे, हे ऐकून त्याही परिस्थितीत श्रीधरला बरं वाटलं.

थोडावेळ कुणीच काही बोललं नाही. जाधवसाहेब त्यांची कामं करत राहिले. श्रीधर बसून राहिला. मग त्याला काहीतरी आठवलं.

तो म्हणाला, "तुम्ही म्हणता ते खरं आहे साहेब. मी 'सागर फर्निचर्स' नावाच्या कंपनीला रंग पुरवत होतो. रामनारायण दुबे नावाचा माणूस त्याचा मालक होता. उधारी वाढल्यावर मी एकदा त्याच्या दुकानात माझे पैसे मागायला गेलो. तो त्याच्या नेहमीच्या रूममध्ये त्याच्या नेहमीच्या खुर्चीवर बसला होता. मी त्याला उधारीचे पैसे मागितले तर म्हणाला, "कसली उधारी? मी तुमच्याकडून कुठलाच माल घेतला नाही." मी त्याला बिलं दाखवली. त्यानं ती बिलं पहिल्यांदाच बघत असल्यासारखी बघितली. मग म्हणाला, "हा माल तुम्ही 'सागर फर्निचर'ला दिला होता. हे दुकान आता 'सागर फर्निचर' नाही तर 'दुर्गा फर्निचर' आहे. मला काही कळलं नाही. तो म्हणाला बाहेर जाऊन बघून या. मी गेलो, तर जिथे आधी 'सागर फर्निचर्स' हा बोर्ड होता तिथेच आता 'दुर्गा फर्निचर्स ' हा बोर्ड लावला होता.

"हा काय प्रकार आहे?" मी त्याला विचारलं.

"कंपनीचा मालक बदलला," त्यानं सांगितलं.

"पण 'सागर फर्निचर्स'चे मालक तुम्हीच होतात ना?" मी विचारलं.

''नाही तिथे मी मॅनेजर होतो. माझा भाऊ लक्ष्मण दुबे मालक होता. 'दुर्गा'चा मालक मी आहे.'' तो शांतपणे म्हणाला.

''मग माझे पैसे कोण देणार?'' मी विचारलं.

''साहजिकच 'सागर फर्निचर्स'चा मालक - माझा भाऊ.'' तो म्हणाला.

''मग त्यांना बोलवा. मी त्याच्याकडे मागतो,'' मी सांगितलं.

''कंपनी मला विकून तो बिहारला आपल्या गावी गेला आहे. आला, की मी तुम्हाला कळवतो,'' रामनारायण दुबे निर्लज्जपणे म्हणाला. मी तिथून बाहेर पडलो.''

जाधवसाहेब त्याचं बोलणं शांतपणे ऐकत होते. त्यांच्या डोळ्यांत आपल्याबद्दल सहनुभूती असल्यासारखं श्रीधरला जाणवलं.

''यातून बाहेर पडायला तुम्ही मला काही मदत करू शकता का सर?'' श्रीधरने विचारलं.

जाधवसाहेबांनी श्रीधरकडे पाहिलं. त्यांच्या नजरेत सहानुभूती होती.

थोडा वेळ विचार करून ते म्हणाले, ''तुझ्या ग्राहकांनी पोलिसांच्या अधिकारात येणारा कोणताही दखलपात्र गुन्हा केला नाही. त्यामुळे मी त्यांच्यावर आरोप ठेवून त्यांना पैसे द्यायला भाग पाडू शकत नाही.''

श्रीधर त्यांच्याकडे पाहत होता.

''त्यांना पोलीस ठाण्यावर बोलावून, घाबरवून पैसे वसूल करणंसुद्धा शक्य नाही. कारण यामध्ये दखल घेण्याचे अधिकार पोलिसांना नाहीत, याची त्यांना पूर्ण कल्पना असणार. त्यामुळेच मी तुला यामध्ये काही मदत करू शकेन, असं वाटत नाही.'' आपल्या बोलण्याचा समारोप करत ते म्हणाले.

त्यांचं बोलणं ऐकून श्रीधरच्या मनात थोड्या वेळापूर्वी जागलेली आशासुद्धा मावळली; उलट परिस्थितीचं अतिशय गंभीर स्वरूप त्याच्या लक्षात आलं. तो सुन्न झाल्यासारखा बसून राहिला. थोडा वेळ तसाच गेला. कुणीतरी त्याच्यासमोर चहा आणून ठेवला. त्यानं यांत्रिकपणे कप उचलला. चहा संपवला. स्वत:ला सावरलं. खुर्चीवरून उठत म्हणाला, ''येतो मी सर.''

जाधवसाहेबांनी त्याच्याकडे पाहिलं. त्याला हातानेच बसण्याची खूण केली. काही क्षण विचार करत राहिले. मग म्हणाले, ''मी तुला एका माणसाचा नंबर देतो. त्याचं नाव सुनील मोरे. तो भांडुपला असतो. त्याला भेट. कदाचित तो तुला मदत करेल.''

त्यांनी समोरच्या कागदावर एक फोन नंबर लिहिला आणि तो कागद श्रीधरच्या हातात दिला.

''ठीक आहे सर. मी त्याला फोन करतो. तुमचं नाव सांगतो...'' श्रीधर म्हणाला.

''माझं नाव कुठेही सांगू नकोस.'' त्याला मध्येच थांबवत जाधवसाहेब म्हणाले,

"सुनील मोरेला भेट. तुला काही मदत होते का पहा. ऑल द बेस्ट."

श्रीधर उठून उभा राहिला. जाधवसाहेबांना, "थँक्यू सर!" म्हणून तिथून बाहेर पडला.

आता संध्याकाळ होत होती. अंधार पडू लागला होता. तो फाटक ओलांडून बाहेर पडला; तेवढ्यात एकबोटे त्याच्यासमोर आला.

"नमस्कार साहेब, काम झालं?" त्यानं विचारलं.

एरवी श्रीधरने त्याला टाळलं असतं; पण आता श्रीधरला कुणाशी तरी बोलावं असं वाटत होतं.

"होईल कदाचित," तो म्हणाला.

"नेमकं काय काम होतं?" एकबोटेने विचारलं.

"चला बाहेरच्या टपरीवर चहा पिऊ या," श्रीधर म्हणाला.

ते दोघे बाहेर टपरीवर आले.

"माझे अडकलेले पैसे वसूल करायचे आहेत." चहा पिता-पिता श्रीधर म्हणाला.

"अरे वा! मला सांगायचं ना. मी तुम्हाला एकदम बरोबर साहेबांकडे नेलं असतं. मला तुमचा फोन नंबर देऊन ठेवा. मी त्या साहेबांशी बोलून ठेवतो," एकबोटे म्हणाला.

"कुठल्या साहेबांशी?" श्रीधरने विचारलं.

"हवालदार उराडे," एकबोटे म्हणाला.

श्रीधर काहीच बोलला नाही.

"जाधवसाहेब काय म्हणाले?" एकबोटेने विचारलं.

"त्यांनी मला दुसऱ्या एका माणसाला भेटायला सांगितलं आहे," श्रीधर म्हणाला.

"कुणाला?" एकबोटेने विचारलं.

"सुनील मोरे म्हणून एक जण आहेत." श्रीधरने उत्तर दिलं.

सुनील मोरे हे नाव ऐकून एकबोटे एकदम शांत झाला. त्याच्या चेहऱ्यावरचे भाव बदलले. तो थोडासा भेदरल्यासारखा दिसला. त्यानं गडबडीने चहा संपवला. "येतो मी," असं म्हणून तो जायला निघाला.

"अरे, तुम्हाला माझा नंबर हवा होता ना?" श्रीधरने विचारलं.

"आत्ता नको. मी नंतर परत भेटतो तुम्हाला," असं म्हणून एकबोटे लगबगीने निघून गेला.

सुनील मोरेचं नाव ऐकल्यावर एकबोटे इतका का भेदरला, याचं श्रीधरला आश्चर्य वाटलं. तो काही वेळ तसाच उभा राहिला. मग त्यानं एकनाथला फोन केला.

त्यानं एकनाथला जाधवसाहेबांच्या भेटीबद्दल सविस्तरपणे सांगितलं. एकनाथने सगळं लक्षपूर्वक ऐकून घेतलं. एक-दोन सूचना दिल्या. दुसऱ्या दिवशी तो अमेरिकेला परत चालला होता; पण फोनवर आणि व्हाट्सअॅपवर पुढच्या घटना कळवत राहायला त्यानं श्रीधरला सांगितलं. श्रीधर घरी जाण्यासाठी रिक्षात बसला. आता आपले अडकलेले पैसे कधीच मिळणार नाहीत, याची त्याला खात्री वाटू लागली होती. परिस्थितीतून बाहेर पडण्याचा कोणताही मार्ग त्याला दिसत नव्हता.

''दादा मी निघतो,'' वसंत खोलीच्या दारातून सांगत होता.

श्रीधरने त्याच्याकडे पाहिलं. तो आता तयार होऊन कॉलेजला निघाला होता.

''परत किती वाजता येणार आहेस?'' श्रीधरनं विचारलं.

''दुपारी वेळ मिळाला तर मी दिवाकरमामाकडे जाणार आहे.'' वसंत म्हणाला.

''मला पण त्यांना भेटून बरेच दिवस झालेत. दिवाकरमामाला आणि चारुलतामामीला माझा नमस्कार सांग.'' श्रीधर म्हणाला.

''चारुलतामामी तुझी आठवण काढत असते.'' वसंतने सांगितलं.

''वेळ मिळाला, की मीसुद्धा त्या दोघांना भेटून येईन.'' श्रीधर म्हणाला.

''बाय दादा. मी येतो.'' असं म्हणत वसंत घराबाहेर पडला.

दुसऱ्या दिवशी सकाळी अकराच्या सुमारास श्रीधरने सुनील मोरेच्या नंबरवर फोन केला. काही क्षण फोन वाजत राहिला आणि मग फोन उचलला गेला.

''कोण?'' पलीकडून आवाज आला. त्याला अनोळखी नंबरवरून फोन येत नसावेत किंवा आले तर तो ते उचलत नसावा, असं त्याच्या आवाजावरून वाटत होतं.

''मी श्रीधर लिमये बोलतोय. मला सुनील मोरेंशी बोलायचं आहे,'' श्रीधरनं सांगितलं.

''बोला. मी सुनील मोरे बोलतोय.'' मोरे रांगड्या मराठीत बोलला.

''मला माझ्या एका कामासाठी आपल्याला भेटायचं आहे. आपण कधी भेटू शकाल?'' श्रीधरने विचारलं.

''आज दुपारी दोन वाजता या. कुठे यायचं, ते हे तुम्हाला सांगतील.'' असं म्हणून मोरेने त्याच्या सहायकाकडे फोन दिला. सहायकाने त्याला पत्ता व्यवस्थित समजावून सांगितला.

मोरेच्या एकूण बोलण्याच्या पद्धतीवरून त्याला श्रीधरचा फोन येणार, हे अपेक्षित असावं आणि कदाचित त्याला श्रीधरचं नेमकं काय काम आहे, हे सुद्धा माहीत असावं, असं श्रीधरला वाटत राहिलं.

श्रीधर दुपारी दोन वाजता भांडुपला मोरेच्या सहायकाने सांगितलेल्या पत्त्यावर पोहोचला. ती एक बैठी चाळ होती. तिला लागूनच रस्ता होता. रस्त्यावर काही गाड्या दाटीवाटीने लावलेल्या होत्या. त्यापैकी बहुतेक गाड्या इनोव्हा, जीप यांसारख्या मोठ्या, महागड्या एस.यू.व्ही. होत्या. फॉर्च्युनरसारख्या एक-दोन अतिमहाग गाड्यासुद्धा उभ्या होत्या. त्या गाड्या लावताना रहदारीच्या शिस्तीपेक्षा गाडीच्या मालकाच्या सोयीचा जास्त विचार केला असावा, असं दिसत होतं. चाळीला अनेक खोल्या होत्या. बहुतेक सगळे दरवाजे उघडेच होते. चाळीत कुटुंबं राहत नसावीत, असं वाटत होतं. खोल्यांसमोरच्या व्हारांड्यामध्ये बरेच तरुण आणि मध्यमवयीन पुरुष घोळक्या-घोळक्याने उभे होते. त्यापैकी काहींनी सफारी घातले होते. काहींनी पांढरा शर्ट आणि पांढरी पँट घातली होती आणि शर्ट इन न करता तसाच बाहेर सोडला होता. बरेच तरुण शर्ट, पॅन्ट आणि चप्पल अशा वेशात होते. बहुतेक सर्वांच्याच कपाळावर भगव्या रंगाचा टिळा होता. श्रीधर व्हरांड्यात उभ्या असलेल्या एका तरुणाजवळ गेला आणि त्याला सुनील मोरेंना भेटायचं आहे, असं सांगितलं. तो तरुण एका खोलीत गेला. परत आला तेव्हा त्याच्या बरोबर दुसरा एक माणूस होता. त्या माणसाने श्रीधरला नाव विचारलं. श्रीधरने नाव सांगितल्यावर, 'मी हणमंते' अशी त्यानं स्वत:ची ओळख करून दिली आणि श्रीधरला एका दारातून आत घेऊन गेला.

श्रीधर ज्या खोलीत गेला ती खोली म्हणजे चाळीतल्या चार-पाच खोल्यांमधली भिंत काढून तयार केलेला एक मोठा हॉल होता. हॉलच्या एका कोपऱ्यात दोन टेबलं होती. तिथे दोन तरुण बसले होते. त्यांच्यासमोर काही लोकांचा घोळका होता. त्या घोळक्यांतल्या लोकांशी बोलत ते तरुण आपल्या समोरच्या वह्यांमध्ये काही नोंदी करत होते. हॉलच्या एका बाजूला लाकडी दरवाजा होता. दरवाजा बंद होता. बाहेरून आत काय सुरू आहे, ते अजिबात कळत नव्हतं. त्या दरवाज्याला लागून दोन खुर्च्या होत्या; पण त्यावर कुणी बसलं नव्हतं. हॉलमध्ये बरेच लोक इतस्तत: उभे होते.

हणमंतेने श्रीधरला तिथेच उभं राहायला सांगितलं. तो बंद दरवाज्याजवळ गेला. अत्यंत अदबीने त्यानं दरवाज्यावर टकटक केलं. नंतर दरवाजा किलकिला करून आत कुणाशीतरी काहीतरी बोलला. त्यानंतर बाहेर निघून गेला. पंधरा-वीस मिनिटं श्रीधर तिथेच उभा होता. आपण कुठे आलो आहोत आणि इथे आपलं कसं काम होणार, त्याला काहीच कळत नव्हतं. हणमंते परत श्रीधरजवळ आला. श्रीधरला घेऊन बंद दरवाजाजवळ गेला. पुन्हा तितक्याच नम्रतेने टकटक करून त्यानं दरवाजा किलकिला केला. आतल्या माणसाने श्रीधरला पाठवायला सांगितलं असावं. हणमंतेने दरवाजा उघडून श्रीधरला आत पाठवलं आणि दरवाजा बंद करून घेतला.

ती एक मध्यम आकाराची खोली होती. मागच्या भिंतीच्या जवळ मध्यभागी एक टेबल होतं. त्याच्यामागे एक आरामदायक खुर्ची होती. टेबलाच्या दुसऱ्या

बाजूला दोन, त्या मानाने साध्या खुर्च्या होत्या. टेबलाच्या मागे भिंतीवर एका राजकीय संघटनेच्या प्रमुखांचा मोठा फोटो होता. त्याच्या शेजारीच दुसरा एक फोटो होता. तो भांडुप विभागातून त्याच राजकीय संघटनेच्या तिकिटावर निवडून आलेल्या एका माजी नगरसेवकाचा होता. त्या नगरसेवकाची काही महिन्यांपूर्वी गोळ्या घालून हत्या करण्यात आली होती. त्याच्या फोटोवर एक कायमस्वरूपी हार घातला होता.

टेबलामागच्या आरामदायक खुर्चीवर साधारण चाळीसच्या आसपासचा एक माणूस बसला होता. त्यानं करड्या रंगाचा सफारी घातला होता. कपाळावर भगव्या रंगाचा टिळा लावला होता. समोरच्या खुर्च्यांवर दोघे बसले होते. त्यांचं काम संपलं असावं. ते उठून उभे राहिले. कमरेतून वाकून ते समोरच्या माणसाला अत्यंत आदराने 'जय महाराष्ट्र' म्हणाले. बसलेल्या माणसाने मान डोलवली. ते दोघे पुन्हा एकदा कमरेतून वाकले. मग बाहेर निघून गेले.

"या श्रीधर. बसा. मी सुनील मोरे." खुर्चीवर बसलेला माणूस म्हणाला.

त्याची बोलण्याची पद्धत मोकळी असली तरी त्याच्या आवाजात एक अधिकार होता. श्रीधर त्याच्यासमोरच्या खुर्चीवर बसला.

"बोला. मी तुमची काय सेवा करू शकतो," मोरेने विचारले. त्याचे मराठी उच्चार शुद्ध होते.

श्रीधरने त्याला आपल्या ग्राहकांकडे अडकलेल्या पैशाबद्दल सविस्तर सांगितलं. मोरे सर्व शांतपणे ऐकून घेत होता; तरीही त्याच्या एकूण प्रतिक्रियेवरून त्याला हे सर्व आधीच माहीत असावं, असं श्रीधरला वाटत होतं. श्रीधरचं बोलणं संपलं.

"त्या कस्टमरची नावं आणि बिलं आणली आहेत?" मोरेने विचारलं.

श्रीधरने आपली फाइल त्याच्यासमोर ठेवली. त्यानं फाइल उघडली. व्यवस्थित चाळली. फाइल बंद केली आणि म्हणाला, "पैसे वसूल करता येतील."

श्रीधरला काही कळलं नाही. तो मोरेच्या चेहऱ्याकडे पाहत राहिला.

"या कस्टमरकडून सगळे पैसे वसूल करता येतील. वसूल झालेल्या रकमेची वीस टक्के रक्कम आम्हाला द्यावी लागेल." मोरे म्हणाला.

त्याचं बोलणं ऐकून श्रीधरच्या मनात एकदम आशेचा किरण चमकला.

"काय म्हणालात साहेब?" खात्री करून घेण्यासाठी त्यानं विचारलं.

"पैसे नक्की वसूल होतील. वसूल झालेल्या पैशांपैकी वीस टक्के रक्कम आम्हाला द्यावी लागेल." मोरे पुन्हा शांतपणे म्हणाला.

"वीस टक्के...?" श्रीधर म्हणला.

"आमची फी..." मोरे म्हणाला.

"मान्य आहे." ऐंशी टक्के रक्कम मिळाली तरी श्रीधरच्या अडचणी बऱ्याच प्रमाणात कमी होणार होत्या...

"सगळ्यात पहिल्यांदा आम्ही आमच्या वकीलसाहेबांकडून या सगळ्या कस्टमर्संना नोटीस पाठवू. ती नोटीस त्यांना साधारण तीन ते चार दिवसांत पोहोचते. त्याच्या दुसऱ्या दिवशी आपण या कस्टमर्संना भेटू आणि पैसे वसूल करू." मोरे सहजतेने म्हणाला.

"मी त्यांना आधी वकिलांकडून नोटीस पाठवली आहे. त्याचा काही उपयोग झाला नाही." श्रीधरने सांगितलं.

"मला माहीत आहे. माझ्या वकीलसाहेबांकडून गेलेल्या नोटिशीचा नक्की उपयोग होतो आणि वसुलीची पुढची प्रोसेस कायद्यात बसवण्यासाठी ते आवश्यक असतं." मोरे म्हणाला. "वकिलासाठी तुम्हाला वेगळा खर्च करायची गरज नाही. आमच्या वीस टक्क्यांमध्ये वकिलाची फीसुद्धा धरलेली आहे." त्यानं पुढे सांगितलं.

श्रीधरने मान डोलावली.

मोरेने समोरचा इंटरकॉम उचलला, "वकीलसाहेबांची आज संध्याकाळची किंवा उद्या सकाळची अपॉइन्टमेन्ट घे." एवढं बोलून इंटरकॉम खाली ठेवला. त्यानंतर तो श्रीधरकडे वळून म्हणाला, "वकीलसाहेबांची अपॉइन्टमेन्ट मिळाली, की तुम्हाला कळवतो. त्यांच्याकडे तुम्हाला यावं लागेल तसेच वसुलीसाठी मी तुमच्याबरोबर कस्टमरकडे येईन."

"ठीक आहे." श्रीधर म्हणाला. मोरेचं बोलणं संपल्याचं श्रीधरच्या लक्षात आलं. तो जाण्यासाठी उभा राहिला. जाताना तो मोरेला मनापासून आदराने 'जय महाराष्ट्र साहेब,' असं म्हणाला.

श्रीधर बाहेर आला. त्यानं रिक्षाला हात केला. मोरे हा गुन्हेगारी विश्वाला जवळचा किंवा कदाचित गुन्हेगारी विश्वातला माणूस आहे, हे श्रीधरच्या लक्षात आलं होतं. आपले पैसे वसूल करण्यासाठी आपण गुन्हेगारी विश्वाची मदत घेतो आहे, हेसुद्धा त्याला कळत होतं. पण आज कित्येक महिन्यांनंतर त्याला त्याचे पैसे वसूल होण्याबद्दल आशा निर्माण झाली होती. जगात टिकून राहण्यासाठी ते पैसे मिळणं अत्यंत आवश्यक होतं. आपण काय करतो आहोत, हे फोन करून अण्णांना सांगावं आणि त्यांचा सल्ला घ्यावा असं त्याला क्षणभर वाटलं. पण अण्णा हे करू देणार नाहीत, याची त्याला खात्री होती. त्यानं अण्णांना फोन करण्याचा विचार दूर सारला. हे सगळं वसंतला सांगावं असंही त्याला वाटलं; पण वसंत अजून लहान होता. त्याच्यावर त्याच्या अभ्यासाचं दडपण होतं. वसंतलासुद्धा काही न सांगण्याचं श्रीधरने ठरवलं. दिवाकरमामा किंवा त्यापेक्षा जास्त चारुलतामामीशी या विषयावर बोलावं असं त्याला वाटलं. पण या विषयावर इतक्यात तरी कुणाशीच न बोलण्याचा निर्णय त्यानं घेतला. त्याची रिक्षा घराच्या दिशेने निघाली होती. वीस टक्के कट होऊन उरलेले पैसे हातात मिळाले तर कुणाची देणी कशी फेडता येतील, याचे विचार त्याच्या मनात नकळत सुरू झाले होते.

संध्याकाळी श्रीधरला मोरेच्या माणसाचा फोन आला. त्यांच्या वकीलसाहेबांनी दुसऱ्या दिवशी सकाळी अकरा वाजता त्यांच्या ऑफिसवर बोलावलं होतं. मोरेने श्रीधरला सकाळी नऊ वाजता त्याच्या चाळीत यायला संगितलं होतं. तिथून सुनील त्याला बरोबर घेऊन वकीलसाहेबांच्या ऑफिसवर जाणार होता.

श्रीधर सकाळी बरोबर नऊ वाजता मोरेकडे पोहोचला. त्याच्या बिल्डिंगमध्ये आताही खूप माणसं होती. मोरे बाहेर पडायच्या तयारीत होता. त्याच्या केबिनबाहेर तो चार-पाच लोकांच्या घोळक्यामध्ये उभा होता. श्रीधर त्याच्याजवळ गेला. 'नमस्कार भाऊ ' म्हणून त्याच्याजवळ उभा राहिला. सुनीलने हात उंचावून त्याला प्रतिसाद दिला आणि परत त्या घोळक्याशी बोलू लागला. काही मिनिटांत त्यानं आपलं बोलणं आवरतं घेतलं. श्रीधरला आपल्या बरोबर येण्याची खूण करून तो झपाझप चालत बाहेर पडला. रस्त्यावर एक आलिशान फॉर्च्युनर गाडी उभी होती. फॉर्च्युनरला लागूनच हणमंते उभा होता. त्याच्यामागे एक इनोव्हा गाडी उभी होती. सुनीलला आलेला बघून हणमंतेने फॉर्च्युनरचा दरवाजा उघडून धरला. मोरे आत बसला. त्यानं श्रीधरला आपल्या शेजारी बसण्याची खूण केली. श्रीधर बसल्यावर हणमंतेने मागचा दरवाजा बंद केला व पुढचा दरवाजा उघडून ड्रायव्हर शेजारच्या सीटवर बसला. ड्रायव्हरने गाडी सुरू केली. श्रीधरने मागे वळून पाहिलं. मागच्या इनोव्हा गाडीत सात-आठ तरुण चढले होते. ती गाडीसुद्धा सुरू झाली. फॉर्च्युनर हायवेला लागली. काही अंतर ठेवून मागे इनोव्हा येत होती.

''लिमये, धंदा केव्हा सुरू केला होता तुम्ही?'' अचानक मोरेने विचारलं.

''चार वर्षं झाली.'' श्रीधरने उत्तर दिलं.

''चार वर्षांत ऐंशी लाखांची उधारी झाली म्हणजे माल बराच विकला तुम्ही!'' मोरे म्हणाला.

''नव्या प्रकारचा रंग होता. चांगला बसत होता. उसाच्या रसापासून तयार करत होतो म्हणून स्वस्त पण होता. म्हणून मागणी चांगली होती.'' श्रीधर म्हणाला.

''तुम्ही मुंबईचे दिसत नाही. गाव कुठलं तुमचं?'' मोरेनं विचारलं

''रत्नागिरी.'' श्रीधर म्हणाला.

''मी जातो तिकडे राजापूरच्या जत्रेला!'' मोरे म्हणाला.

''हो. बरेच लोक दरवर्षी येतात.'' श्रीधर म्हणाला.

''मीही जातो. याच वर्षी नाही जमलं.'' मोरेने सांगितलं

''का?'' श्रीधरने विचारलं.

''यावर्षी त्या वेळी मी नाशिकला होतो. नाशिक जेलमध्ये ठेवलं होतं मला.''

श्रीधर एकदम गप्प झाला. त्याला काय बोलायचं ते कळेना. मग 'सॉरी' असं पुटपुटला.

"अहो, जेलमध्ये आजकाल काय प्रॉब्लेम नसतो. तिकडे दारू, मटण, बाई सगळं मिळतं. आराम असतो." एखाद्या हॉलिडे रिसॉर्टचं वर्णन करावं तसं मोरे म्हणाला.

श्रीधर गप्प बसून त्याच्याकडे पाहत होता.

"या वेळी दगडी चाळीतले मोठे साहेबसुद्धा होते एक आठवडा आमच्याबरोबर तिथे. एवढा मोठा माणूस, पण एकदम साधा. रोज रात्री आमच्याशी गप्पा मारणार. फार शिकायला मिळालं. हुशार माणूस..." एकंदरीत मोरेला नाशिक जेलमधलं वास्तव्य फारच आवडलेलं दिसत होतं. "तीन महिन्यांत सोडलं मला." तो पुढे म्हणाला.

"पण अचानक का जावं लागलं," श्रीधरने विचारलं. त्याची भीड आता थोडी चेपली होती.

"असं होतं कधीमधी. आजकाल भाई लोक फेल आहेत, पोलीस पास आहेत. थोड्या दिवसांनी पोलीस फेल होतील, भाई पास होतील. चलता ही है।" मोरेंच्या आवाजात एखाद्या संताचा निर्विकारपणा होता.

बोलणं सुरू असतानाच त्यांची गाडी हुतात्मा चौकात आली. हायकोर्टासमोरच्या एका इमारतीच्या दारात ड्रायव्हरने गाडी थांबवली. हणमंतेने लगबगीने उतरून मोरेंच्या बाजूचा दरवाजा उघडून धरला. मोरे खाली उतरला. दुसऱ्या बाजूने श्रीधर उतरला. तेवढ्यात इनोव्हा मागे येऊन थांबली. त्या गाडीतली पाच-सहा मुलं पटापट खाली उतरून मोरेजवळ आली. 'तुम्ही इथेच थांबा. मी आलोच.' असं त्यांना सांगून तो त्या इमारतीत शिरला. श्रीधर आणि हणमंते त्याच्या पाठोपाठ निघाले. लिफ्टमनने दरवाजा उघडला. ते तिघे लिफ्टमध्ये शिरले.

बिल्डिंग जुनी होती. लिफ्टसुद्धा जुन्या पद्धतीची होती. लिफ्ट चौथ्या मजल्यावर थांबली. लिफ्टमधून बाहेर आल्यावर समोरच्याच एका दरवाजातून मोरे आत गेला. त्याच्या पाठोपाठ श्रीधर आणि हणमंतेसुद्धा आत गेले. श्रीधरने दरवाज्यावरच वकिलाचं नाव वाचलं. अत्यंत प्रसिद्ध वकील होते ते. युरोपमधून प्रत्यार्पण करून आणलेल्या एका गँगस्टरची केस ते लढवत होते. त्यासंदर्भात रोज त्यांचं नाव पेपरमध्ये येत होतं. अधूनमधून ते टीव्हीवरसुद्धा दिसत होते. त्यांचं ऑफिस प्रशस्त दिसत होतं. रिसेप्शनिस्ट मोरेला ओळखत असावी. तिने फोन करून तो आल्याचं वकीलसाहेबांना सांगितलं. वकीलसाहेबांनी त्याला ताबडतोब केबिनमध्ये बोलावलं. मोरे आणि श्रीधर वकीलसाहेबांच्या केबिनमध्ये गेले. हणमंते दारातच थांबला.

वकीलसाहेब आपल्या खुर्चीवर बसले होते. टीव्हीवर बऱ्याच वेळा पाहिल्यामुळे श्रीधरला त्यांचा चेहरा परिचित होता. ते पासष्टच्या आसपासचे असावेत, पण अत्यंत उत्साही दिसत होते. त्यांच्या टेबलावर बरीच कागदपत्रं होती. त्यापैकी एका फाइलमध्ये ते डोकं खुपसून बसले होते. त्यांनी मोरेकडे बघितलं. त्याला बसायला सांगितलं. श्रीधरही त्याच्या शेजारच्या खुर्चीवर बसला.

"बोल मोरे, काय काम आहे?" त्यांनी विचारलं.

"हे आमचे मित्र श्रीधर. त्यांचं वसुलीचं काम आहे." एवढंच बोलून मोरेने श्रीधरची फाइल त्यांच्यासमोर ठेवली.

श्रीधरने वकीलसाहेबांना नमस्कार केला. वकीलसाहेबांनी मान किंचित झुकवून त्याच्या नमस्काराचा प्रतिसाद दिला. नंतर फाइल वाचायला सुरुवात केली. त्यांचं वाचून झाल्यावर त्यांनी इंटरकॉमवरून त्यांच्या एका सहायकाला बोलावून घेतलं. त्याच्यासमोर ती फाइल ठेवली. 'वसुलीचा मॅटर आहे. ड्राफ्ट बनव आणि मला दाखव,' असं त्याला सांगितलं. तो 'यस सर,' म्हणून फाइल घेऊन निघून गेला. मग वकीलसाहेब मोरेकडे वळले आणि म्हणाले, "उद्या नोटिसा तयार होतील आणि परवा पोस्टात पडतील."

मोरे उठून उभा राहिला. त्यांना आदराने अभिवादन करून, "येतो साहेब" म्हणाला. ऑफिसच्या बाहेर पडला. श्रीधरनेसुद्धा वकीलसाहेबांना अभिवादन केलं आणि मोरेंच्या मागोमाग बाहेर पडला. हणमंतेने पुढे जाऊन लिफ्टचा दरवाजा उघडला. ते बाहेर रस्त्यावर आले. दोन्ही गाड्या उभ्या होत्या.

"लिमये, मी आता वरळीला एका मीटिंगसाठी जातो आहे. साहेबांनी पत्रं पाठवली, की तुम्हाला फोन करेन." असं म्हणून मोरे गाडीकडे गेला. हणमंतेने दरवाजा उघडला. तो बसल्यावर दरवाजा बंद करून स्वतः ड्रायव्हरशेजारी बसला. गाडी सुरू झाली. मागे उभे असलेल्या इनोव्हामध्ये मगाची सगळी मुलं बसली. दोन्ही गाड्या वरळीच्या दिशेने निघून गेल्या.

श्रीधर काहीक्षण तिथेच उभा राहिला. त्याला घरी जायची इच्छा होत नव्हती. श्रीधरला आता खूप दडपण आल्यासारखं वाटत होतं. वसंत कॉलेजला गेला होता. घरी एकटाच बसला तर श्रीधरला अधिकच अस्वस्थ वाटलं असतं. त्याला दादरला दिवाकरमामाकडे जावं असं वाटलं. पण दिवाकरमामा या वेळी घरी असायची शक्यता कमी होती. चारुलतामामी भेटली असती. तिच्याकडे जाऊन तिला हे सगळं सांगावं, असं त्याला फार वाटलं. तिने त्याचं सगळं म्हणणं जिव्हाळ्यानं ऐकून घेतलं असतं आणि त्याला तिच्या दृष्टीने योग्य तो सल्लाही दिला असता. श्रीधरवर खूप कर्ज आहे, हे कळल्यापासूनच तिला श्रीधरची काळजी वाटत होती. पण त्या कर्जातून मोकळं होण्यासाठी त्यानं निवडलेला हा मार्ग तिला नक्कीच आवडला नसता. तिने त्याला विरोधच केला असता. त्याखेरीज चारुलतामामी स्वतःच तिच्या संसाराच्या विवंचनेत होती. या वेळी तिच्याशी अशा गोष्टीवर बोलणं योग्य झालं नसतं. त्यानं चारुलतामामीला भेटण्याचा विचार बाजूला केला. त्यानंतर बराचवेळ तो एकटाच त्या भागात भटकत राहिला.

दुसऱ्या दिवशी सकाळीच श्रीधरला मोरेंच्या माणसाचा फोन आला. त्याला

मोरेने भेटायला बोलावलं होतं. दुपारी एकची वेळ दिली होती. या बोलवण्याचं श्रीधरला थोडं आश्चर्य वाटलं. आज भेटायचं ठरलं नव्हतं आणि भेटायची काही गरजही नव्हती. वकीलसाहेबांनी नोटिसा पाठवल्यानंतरच पुढे काम सुरू होणार होतं. काहीशा साशंक मनानेच श्रीधर मोरेच्या इमारतीत पोहोचला. मोरेने त्याला लगेचच आपल्या केबिनमध्ये बोलावून घेतलं. त्याच्यासमोर दुसरा एक पस्तिशीच्या आसपासचा तरुण बसला होता. श्रीधर त्या तरुणाशेजारच्या खुर्चीवर बसला. त्या तरुणाच्या अंगावर चांगल्या ब्रॅन्डचा शर्ट आणि पॅन्ट होती. त्याच्या कपाळाला भगवा टिळा नव्हता.

"वकीलसाहेब कस्टमर्सना उद्या नोटिसा पाठवतील." मोरे म्हणाला.

श्रीधरने मान डोलावली.

"वसूल झालेल्या पैशांतून बँकेचं कर्ज फिटणार का?" मोरेनं विचारलं

मोरे हा प्रश्न का विचारतो आहे, हे श्रीधरला कळलं नाही. "संपूर्ण नाही फिटणार, पण बराच मोठा भाग फिटेल." श्रीधरने उत्तर दिलं.

"सगळेच पैसे दिल्यावर तुम्ही कारखाना चालावायला पैसे कुठून आणणार?" मोरेनं विचारलं.

"खरं सांगायचं तर बँकेचे थकलेले हप्ते फेडावेत. शक्य झालं तर त्यांचं सगळं कर्ज चुकवावं एवढंच माझ्या डोक्यात आत्ता तरी आहे." श्रीधर प्रामाणिकपणे म्हणाला.

"कर्ज फेडून पैसे संपल्यावर कारखान्याचं काय करणार?" मोरेने विचारलं.

श्रीधर काहीच न बोलता त्याच्याकडे पाहत होता. हा अशी चौकशी का करतो आहे, हे त्याला कळत नव्हतं. पण मोरेंच्या बोलण्यावरून पैसे वसूल होणार, असा पूर्ण विश्वास मोरेला आहे, हे लक्षात येत होतं आणि आपले पैसे वसूल होणार या कल्पनेनंच श्रीधरला बरं वाटत होतं.

"कारखान्यातली मशिन्स चांगल्या कंडिशनमध्ये आहेत का?" मोरेने पुढे विचारलं.

"नवी कोरी आहेत. मी उसाच्या रसापासून रंग बनवतो. त्यासाठी विशिष्ट प्रकारची मशिनरी लागते. त्यासाठी मी सगळी बेस्ट क्वालिटीची मशिनरी लावली आहे." श्रीधर म्हणाला.

"तुम्ही कशापासून रंग बनवता म्हणालात?" इतका वेळ शांतपणे त्यांची चर्चा ऐकत असलेला तरुण पहिल्यांदाच बोलला.

"हे गणेश सावंत. आमचे सगळे व्यवहार हे बघतात. सी.ए. आहेत." मोरेने ओळख करून दिली.

गणेशने प्रसन्न हसत श्रीधर बरोबर हस्तांदोलन केलं. श्रीधरने त्याला आपण उसाच्या रसापासून रंग बनवायचं तंत्रज्ञान कसं शोधलं आहे आणि त्या तंत्रज्ञानाने बनवलेले रंग इतर रंगांपेक्षा अधिक चांगले कसे असतात ते थोडक्यात सांगितलं.

गणेशला त्याचं बोलणं व्यवस्थित समजलं आणि पटलं असावं.

"भारतात रंगांना मागणीसुद्धा खूप आहे." गणेश म्हणाला.

मग श्रीधरने त्याला रंगांना भारतातच नव्हे तर संपूर्ण जगातच किती प्रचंड मागणी आहे, रंग बनवणाऱ्या कंपन्या त्यामानाने कमी आहेत, सर्व प्रकारचे रंग बनवण्याचं तंत्रज्ञान आणि सुविधा असणाऱ्या दोनच मोठ्या कंपन्या आहेत, पण त्यासुद्धा ग्राहकांच्या सगळ्या मागण्या पुऱ्या करू शकत नाहीत, त्यामुळे रंग बनवणाऱ्या नव्या कंपन्यांना खूप मोठी संधी आहे, हे सगळं सविस्तर सांगितलं. गणेशला त्यातल्या बऱ्याच गोष्टींची अद्ययावत माहिती आहे, हे श्रीधरच्या लक्षात आलं. एकतर तो रंगांच्या उद्योगाशी संबंधित असावा किंवा त्यानं काही विशिष्ट उद्देशाने या विषयावर सखोल वाचन केलं असावं.

"तुम्ही लोखंड रंगवण्यासाठी नव्या तंत्रज्ञानाने हा वेगळा जास्त चांगला रंग बनवला आहे. तसाच रंग तुम्हाला प्लॅस्टिक किंवा कपडे रंगवण्यासाठी बनवता येईल का?" गणेशने विचारलं.

"नक्कीच. मी त्यावर माझ्या कारखान्यातल्या प्रयोगशाळेत कामसुद्धा सुरू केलं होतं. त्या रंगांचं छोट्या प्रमाणावर उत्पादन करण्यासाठी काही मशिनरी मागवली होती. त्या मशिन्सचा वापर सुरू करायच्या आधीच मला कारखाना बंद करावा लागला; पण ती मशिन्स अजूनही तिथेच लावलेली आहेत."

"मला तुमचा कारखाना बघायचा आहे," गणेश म्हणाला.

श्रीधरला वाटलं तो सहज बोलतो आहे.

"हो. एकदा जाऊ या. नक्कीच. मी सगळं व्यवस्थित दाखवतो तुम्हाला." श्रीधर सुद्धा सहजतेने म्हणाला.

"आताच जाऊ या का?" गणेशनं विचारलं. श्रीधर एकदम चपापला. याला कारखाना का बघायचा आहे, हे श्रीधरला कळत नव्हतं. तोसुद्धा एवढ्या तातडीनं बघायचा आहे, हे थोडं विचित्र वाटत होतं. श्रीधर थोडा सावध झाला.

"आता नको. आता मी थोडा गडबडीत आहे; पण आपण नक्की जाऊ." तो म्हणाला.

"कारखाना बघायला फारतर तासभर लागेल. तेवढं आधी दाखवून घ्या आणि मग पुढच्या कामाला लागा श्रीधरराव." इतका वेळ त्यांचं बोलणं शांतपणे ऐकत असलेला मोरे म्हणाला.

आता नाही म्हणणं आपल्याला शक्य नाही, हे श्रीधरच्या लक्षात आलं. तो उठून उभा राहिला. कमरेत किंचित वाकून 'जय महाराष्ट्र दादा' म्हणाला आणि जायला वळला. गणेशसुद्धा उठला आणि श्रीधरच्या मागे येऊ लागला. तो मोरेला कमरेत वाकून 'जय महाराष्ट्र दादा' म्हणाला नाही.

दोघे बाहेर आले. गणेशची गाडी होती. तो ड्रायव्हरच्या सीटवर बसला. श्रीधर त्याच्या शेजारी बसला. वाटेत गणेश त्याच्याशी मोकळेपणाने गप्पा मारत होता. गणेशची एकूण उद्योगधंद्याविषयीची माहिती, विषय समजून घेण्याची त्याची क्षमता आणि समोरच्या अनोळखी माणसाला मोकळं करणारी वागण्या-बोलण्यातली सहजता याचा श्रीधरवर प्रभाव पडला होता. पण रंग उद्योगाविषयी त्याचं बोलणं ऐकताना त्याला या उद्योगाबद्दल बरीच माहिती आहे, पण ती त्यानं नुकतीच मिळवली आहे, हे श्रीधरच्या लक्षात आलं. त्यानं असं अचानक कारखाना पाहायला येणं श्रीधरला विचित्र वाटत होतं, म्हणून श्रीधर अस्वस्थ झाला होता.

ते कारखान्यावर पोहोचले तेव्हा कारखान्याचं फाटक बंद होतं. एका छोट्या प्लॉटवर एक शेड उभी करून त्यामध्ये श्रीधरने कारखाना सुरू केला होता. आता उत्पादन बंद होतं. कारखान्यात कुणीच नव्हतं. श्रीधरनं स्वत:जवळच्या किल्लीनं फाटक उघडलं. प्रथम स्वत:चं ऑफिस दाखवलं. ते ऑफिस म्हणजे दहा बाय बाराची एक खोली होती. तिथे एक टेबल आणि दोन खुर्च्या होत्या. हा कारखाना आता बंद होता, तरी श्रीधर त्याची साफसफाई नियमितपणे करून घ्यायचा त्यामुळे तो बऱ्यापैकी स्वच्छ होता. ऑफिसनंतर श्रीधरने कारखान्याची शेड आणि मशिनरी दाखवली. ती अतिशय चांगल्या अवस्थेत होती. कोणत्याही क्षणी तिथे पुन्हा उत्पादन सुरू होऊ शकलं असतं... प्लॅस्टिक आणि कपड्यांसाठी लागणारे रंग बनवण्यासाठी लागणारी यंत्रसामग्रीही श्रीधरने गणेशला दाखवली. नंतर ते प्रयोगशाळेत गेले. त्या शेडमध्येच एक छोटी खोली बांधून त्याची प्रयोगशाळा बनवली होती. गणेश सगळं मनापासून पाहत होता. कधीकधी काही प्रश्न विचारत होता. बहुतेक प्रश्न गुंतवणूक, वितरण व्यवस्था, दैनंदिन कार्यपद्धती, यांसंबंधी होते. या सर्वांचं गणेशला उत्तम ज्ञान आहे, हे लक्षात येत होतं. श्रीधर सर्व प्रश्नांची उत्तरं प्रामाणिकपणे देत होता. गणेशनं श्रीधरला त्याच्या कारखान्यात तयार झालेल्या रंगांची काही सॅंपल्स आहेत का, याची चौकशी केली. तशी काही सॅंपल्स कारखान्यात होती. जवळपास तासभर ते कारखान्यात फिरत होते. सगळा कारखाना फिरून झाल्यानंतर ते दोघे बाहेर आले. श्रीधरने फाटकाला कुलूप लावलं. गणेशने श्रीधरला घरापर्यंत सोडायची तयारी दाखवली; पण श्रीधरने नम्रपणे नकार दिला. गणेश त्याच्या गाडीत बसून निघून गेला. श्रीधर तो गेलेल्या दिशेकडे काहीवेळ पाहत तसाच उभा राहिला.

त्यांनतर दोन दिवस गेले. तिसऱ्या दिवशी रात्री मोरेच्या माणसाचा फोन आला. ग्राहकांना नोटिसा पोहोचल्या होत्या. रजिस्टर ए.डी.च्या पोचपावत्या मिळाल्या होत्या. दुसऱ्या दिवशी सकाळी वसुलीसाठी ग्राहकांकडे जायचं होतं. सकाळी आठ वाजता मोरेनं त्याला स्वत:च्या ऑफिसवर बोलावलं होतं. आपल्यावरचा ताण खूपच वाढल्याचं श्रीधरला जाणवलं.

चारुलता

घड्याळाचा गजर वाजला. चारुलताला जाग आली. मुलांची झोपमोड होऊ नये, म्हणून तिने लगबगीने गजर बंद केला. सहा वाजत होते. मुलं अजून अर्धातास झोपली तरी चालणार होतं. रात्री रागिणीचं होमवर्क संपलं तेव्हा अकरा वाजून गेले होते. आशुतोष आधीच झोपला होता. शाळेच्या खो-खो संघात निवड झाल्यापासून रोज दोन तास त्याला शाळेच्या मैदानावर सरावासाठी जावं लागे. रात्र होईपर्यंत तो खूप थकून जाई. जेवून हात धुतल्यावर तो ताबडतोब अंथरुणावर पडे. पाहता पाहता त्याला गाढ झोप लागत असे. कालसुद्धा तो असाच पडल्यापडल्या लगेच झोपला होता. रागिणीला झोपवून चारुलताने स्वयंपाकघरातला कट्टा आवरला. दुसऱ्या दिवशी लागणाऱ्या मुलांच्या युनिफॉर्मला इस्त्री करून ठेवली. चारुलता गादीवर पडेपर्यंत रात्रीचे बारा वाजून गेले होते. दिवाकर तोपर्यंत घरी आला नव्हता. त्याचं रात्री उशिरा दारू पिऊन घरी येणं आणि उशिरापर्यंत झोपून राहणं आता रोजचंच झालं होतं. मध्यरात्री चारुलताची झोप चाळवली. तिनं शेजारच्या गादीवर पाहिलं. तेव्हासुद्धा दिवाकर तिथे नव्हता. त्यानंतर केव्हातरी येऊन तो झोपला असावा.

चारुलता अंथरुणावरून उठली. तिच्या शेजारी दिवाकरची गादी होती. त्या लहान खोलीतच एका कोपऱ्यात पडदा लावून मुलांसाठी वेगळा आडोसा तयार केला होता. तिने शेजारच्या गादीकडे बघितलं. दिवाकर अस्ताव्यस्त पडला होता. अजूनही त्याच्या तोंडाला उग्र भपकारा येत होता.

अलीकडे त्यानं एकदम स्वस्त – कदाचित हातभट्टीची – दारू प्यायला सुरुवात केली असावी, अशी शंका तिला येऊ लागली होती.

ती उठली. दिवाकरला ओलांडून स्वयंपाकघरात गेली. त्या छोट्या स्वयंपाकघरात एकाबाजूला स्वयंपाकाचा कट्टा होता. दुसऱ्या बाजूला संडास आणि बाथरूम होतं. ती बाथरूममध्ये गेली. तोंडावर पाणी मारून थोडी तरतरीत झाली. गॅसवर चहाचं आधण ठेवलं. बरणीतली साखर संपत आली होती. या वेळचा चहा झाला असता, पण पुढच्या चहासाठी साखर उरणार नव्हती. नळाला पाणी आलं होतं. ते जाण्यापूर्वी दिवसभराचं पिण्याचं आणि इतर वापरासाठीचं पाणी भरून ठेवणं आवश्यक होतं. तिने एक बादली बाथरूममधल्या नळाखाली सरकवली. पिण्याच्या पाण्यासाठी प्लॅस्टिकची एक बाटली स्वयंपाकघरातल्या नळाखाली ठेवली. तोपर्यंत चहा उकळायला लागला होता. तिने त्यात दूध घातलं. चहा कपात गाळून घेतला. मुलांसाठी आणि स्वत:साठी असे तीन कप भरले. दिवाकरला तो उठल्यावर वेगळा चहा करून द्यावा लागणार होता. त्याचा चहा सर्वांबरोबर केला आणि तो उठल्यावर गरम करून दिला तर ते त्याला चालायचं नाही. तिने मुलांना उठवलं. मुलं स्वयंपाक खोलीत येऊन बसली. त्यांच्यासमोर चहाचे कप ठेवले. बरणीतून चार-पाच बटर वाटीत काढून वाटी मुलांसमोर ठेवली. त्यांनतर कालच्या चपात्या आणि भाजी थोडी गरम करून मुलांचे डबे भरून त्यांच्या बॅगेत भरले. या सर्वांबरोबरच नेहमीच्या सरावाने बाथरूममध्ये पाण्याच्या बादल्या आणि पिण्याच्या पाण्यासाठी बाटल्या भरून ठेवल्या. स्वत:चा चहा संपवला. तोपर्यंत मुलं शाळेचे कपडे घालून तयार झाली होती. ती मुलांना घेऊन खाली उतरली. बिल्डिंगमधल्या मुलांच्या आया आपल्या मुलांना घेऊन टेम्पोची वाट बघत उभ्या होत्या. मुलं त्यांच्या मित्रांमध्ये मिसळून गेली. तेवढ्यात शाळेचा टेम्पो आला. मुलं त्यामध्ये बसून शाळेत निघून गेली. चारुलतानं समोर बघितलं. साळुंके आपलं किराणामालाचं दुकान उघडत होता. चारुलता दुकानात गेली. त्याच्याकडून शंभर ग्रॅम साखर घेतली. पैसे दिले. त्याच्याकडून मोड घेतली आणि दोन जिने चढून परत आपल्या घरी आली.

दिवाकर अजूनही झोपलेलाच होता. चारुलताने धुण्याचे कपडे एकत्र करून एका बादलीत भरले. ते धुण्यासाठी ती बाथरूममध्ये घेऊन चालली होती; तितक्यात 'चारू, चारू डिअर ' अशी दिवाकरची हाक ऐकू आली.

"उठलास?" चारुलताने तिथूनच विचारलं.

"येस! मस्तपैकी चहा घेऊन ये ना." दिवाकर म्हणाला.

"करते" असं म्हणत चारुलताने कपड्यांची बादली तिथेच ठेवली.

चहाचं आधण गॅसवर चढवलं. नंतर धुवायचे कपडे काढलेली बादली बाथरूममध्ये घेऊन गेली. कपडे पाण्यात भिजवून ती बाहेर आली. तोपर्यंत चहा उकळला होता.

तिने चहा कपमध्ये भरला. बरणीतून तीन-चार बटर काढून वाटीत ठेवले. चहाचा कप आणि बटर ठेवलेली वाटी घेऊन ती स्वयंपाकघरातून बाहेर आली. दिवाकर अजून अंथरुणावरच पडून होता. तिला बघून तो उठून बसला. चारुलताने चहाचा कप आणि वाटी त्याच्यापुढे ठेवली. त्यानं चहाचा कप उचलला. वाटीतल्या बटरकडे बघितलं आणि तोंड वाकडं करून म्हणाला

"हे काय चारू? रोज रोज बटर? छान दोन अंड्यांचं मसाला ऑम्लेट कर. चार ब्रेड स्लाइस टोस्ट कर आणि त्यांना व्यवस्थित जॅम लावून दे."

"घरात अंडी, ब्रेड, जॅम काहीही नाही." चारुलताने सांगितलं.

"म्हणून काय झालं? समोरच्या साळुंकेकडून घेऊन ये ना." दिवाकर म्हणाला.

"साळुंकेची उधारी तीन महिन्यांपासून थकली आहे. तो आता रोख पैसे घेतल्या शिवाय काही देत नाही," चारुलता म्हणाली.

"काल रात्रीची माझी मीटिंग मस्त झाली. पटेलचा कर्जतचा प्लॉट विकायचा आहे. खरेदी करणारी एक पार्टी मला मिळाली आहे. चार कोटींची प्रॉपर्टी आहे. जर विकली गेली तर दोन टक्क्यांच्या हिशेबानं दलालीचे आठ लाख मला मिळतील." दिवाकर सहजतेने बोलला.

"काल वीज कंपनीची माणसं आली होती. आज दुपारपर्यंत जर आतापर्यंतची सगळी बाकी भरली नाही, तर संध्याकाळी लाइटचं कनेक्शन तोडणार, असं सांगितलं आहे." चारुलताचा आवाज गंभीर झाला होता

"अरे, एवढ्यात कनेक्शन कुठं तोडायला निघाले हे?" दिवाकर पूर्वीच्याच सहजतेने बोलला.

"गेले आठ महिने आपण लाइटबिल भरलेलं नाही. त्यांनी चार नोटिसा पाठवल्या. तीन वेळा त्यांची माणसं येऊन बिल ताबडतोब भरा म्हणून सांगून गेली."

"पटेलचा पनवेललासुद्धा एक प्लॉट आहे. कर्जतच्या प्लॉटचं डील झाल्यावर तो पनवेलचा प्लॉटसुद्धा विकणार आहे. त्या प्लॉटसाठीही मला एक पार्टी मिळते आहे," दिवाकर सांगू लागला.

"लाइटबिलाची सहा हजारांची रक्कम बाकी आहे. आज दुपारपर्यंत भरली पाहिजे," चारुलता शांत आवाजात म्हणाली.

"पटेलच्या पनवेलच्या प्लॉटची किंमत तर दहा कोटींच्या वर आहे. त्या डीलमध्ये आपल्याला वीसेक लाख नक्की मिळतील," दिवाकर बोलला.

"लाइटबिलाची बाकी भरण्यासाठी सहा हजार रुपये तू कुठून आणणार आहेस?" चारुलतानं स्वत:ला शांत ठेवायचा शक्य तितका प्रयत्न करत विचारलं.

"सहा हजारच तर आहेत ना... कुठेही मिळतील." दिवाकर पुन्हा त्याच सहजतेनं बोलला.

“कुठल्याही परिस्थितीत दुपारी एक वाजेपर्यंत त्यांच्या ऑफिसमध्ये जाऊन पैसे भरायचे आहेत,” चारुलता म्हणाली.

“मी भरतो. तू काळजी सोड.” दिवाकरच्या आवाजात तीच सहजता होती.

चारुलताने दिवाकरकडे निरखून पाहिलं आणि म्हणाली, “मला काळजी वाटते आहे दिवाकर. लाइट कापली तर एकेक दिवस काढणं अवघड होईल. मुलांच्या परीक्षा तोंडावर आल्या आहेत. त्यांच्या अभ्यासावर परिणाम होईल.”

“तू एकेक दिवस म्हणतेस, मी म्हणतो एकेक तास काढणं अवघड होईल. आपल्या घराला एकच खिडकी आहे. कसलंही व्हेंटिलेशन नाही. पंखा नसेल तर झोप येणार नाही,” दिवाकर म्हणाला.

मुलांच्या परीक्षांपेक्षा याला स्वत:च्या झोपेची जास्त काळजी वाटते... या परिस्थितीत सुद्धा हा फक्त स्वत:चा विचार करतोय...चारुलता काहीक्षण दिवाकरकडे पाहत स्वत:शीच विचार करत राहिली. मग म्हणाली,

“म्हणूनच पुन्हा एकदा सांगते, दुपारी एकपर्यंत जाऊन बिल भर,” चारुलता म्हणाली.

“ते मी भरतोच गं! आणि समज आज नाही भरलं, उद्या किंवा परवा भरलं तरी चालेल; लाइटवाले काय आजच्या आज लाइट कापणार नाहीत.”

त्याचं ते वाक्य ऐकून चारुलताला आपल्या शरीरात भीतीची एक थंड लाट आल्यासारखं वाटलं. ती काही न बोलता दिवाकरकडे पाहत राहिली. तोच पुढे बोलू लागला, “अगं, असं सांगितलं म्हणजे काही आजच्या आज कनेक्शन तोडत नाहीत ते लोक. घरी येऊन असं सांगणारे हे तिथले फोर्थ ग्रेडचे कामगार असतात. उगीच धमकी देतात. त्यांना मॅनेज करणं एकदम सोपं असतं. गोड बोलायचं, चहापाण्याला थोडे पैसे द्यायचे, की ते जातात निघून.”

चारुलताला आपल्या छातीवर प्रचंड दडपण आल्यासारखं वाटलं. ती बराच वेळ शांत बसून राहिली. मग थकलेल्या आवाजात म्हणाली, “जर तू बिल भरू शकला नाहीस तर संध्याकाळी ते लोक यायच्या वेळेला तू इथे येऊन थांब. तूच त्यांच्याशी बोल आणि तूच त्यांना चहापाण्याला पैसे दे... मला गोड बोलता येणार नाही आणि त्यांना चहापाण्याला द्यायला माझ्याकडे पैसेसुद्धा नाहीत.” “डोन्ट वरी डिअर... मी सगळं बघून घेईन... आता मला जरा अंघोळ करून तयार होऊ देत.” असं म्हणत दिवाकर उठला. दांडीवर टांगलेला टॉवेल ओढून घेत तो बाथरूममध्ये शिरला...

चारुलता मूळची गुहागरची. गुहागरच्या बस स्टॅन्डवर तिच्या वडिलांचं चहा, भजी, उसळ-पाव यांसारखा फराळ देणारं एक छोटं हॉटेल होतं. तीन बहिणींमध्ये चारुलता सगळ्यात मोठी. मुली लग्न करून लवकरात लवकर आपल्या घरी

पडाव्यात एवढीच तिच्या आई-वडिलांची इच्छा होती. त्याला त्या मुलींचीसुद्धा काही हरकत नव्हती. चारुलता कॉलेजच्या दुसऱ्या वर्षाला असतानाच आई-वडिलांनी तिच्यासाठी स्थळ बघायला सुरुवात केली. ती दिसायला चांगली होती. तिला बघायला आलेल्या पहिल्या दोन्ही स्थळांना ती पसंत पडली. त्यांच्या पैकी एक मालवणचा होता तर दुसरा दिवाकर नावाचा मुंबईचा होता. दिवाकरचं दादरला एका चाळीत दोन खोल्यांचं घर होतं. त्याचे वडील त्याच्या लहानपणीच गेले होते. तो आईबरोबर राहत होता. तो फारसा शिकलेला नव्हता. त्याचा 'इस्टेट एजन्ट'चा व्यवसाय होता. गुहागरमधल्या कुणालाच 'इस्टेट एजन्ट' म्हणजे नेमकं काय, हे फारसं समजलं नाही. पण दिवाकर दिसायला देखणा आणि बोलायला गोड होता. घरी सगळ्यांनी दिवाकरला पसंत केलं. चारुलताला सुद्धा दिवाकर आवडला होता. लग्नानंतर मुबंईत राहायला मिळणार, याचाही तिला आनंद झाला होता.

चारुलताचं लग्न गुहागरलाच झालं. लग्न अतिशय साधेपणानं झालं. कोणताही थाटमाट करण्याची तिच्या वडिलांची परिस्थिती नव्हती. तरीही आपल्या मुलीचं लग्न त्यांनी, त्यांना शक्य तितक्या चांगल्या रीतीने लावून दिलं होतं. लग्नाला चारुलताकडून तिचे आई-वडील, बहिणी आणि मालवणचे काका-काकी एवढीच माणसं होती. दिवाकरकडून दिवाकरबरोबर त्याची आई मुंबईहून येणार होती. दिवाकरची बहीण आणि तिचे यजमान अण्णा, रत्नागिरीहून येणार होते, पण अण्णांना शाळेतून सुट्टी मिळाली नाही म्हणून ते येऊ शकले नाहीत. त्यांची मुलं, म्हणजे दिवाकरचे भाचे, श्रीधर आणि वसंत आले होते. दिवाकर मुंबईहून त्याच्या दत्ता आणि शैलेश या मित्रांना घेऊन आला होता.

लग्नाच्या आदल्या दिवशी सगळी मंडळी गुहागरला पोहोचणार होती. लग्न चारुलताच्या घराच्या अंगणातच होणार होतं. पाहुण्यांना बसण्यासाठी बाहेरच्या खोलीत सतरंजी घातली होती. त्यावर तीन-चार लोड आणि तक्के ठेवून भारतीय बैठक बनवली होती. इतक्या सगळ्या लोकांच्या राहण्याची सोय चारुलताच्या लहान घरात करणं शक्य नव्हतं म्हणून तिच्या बाबांनी, शेजारच्या पाटकरांना विनंती करून दिवाकर, त्याचे भाचे आणि त्याच्या मित्रांची राहण्याची व्यवस्था शेजारच्या पाटकर आजींच्या घरात केली होती. दिवाकरच्या आई, चारुलताच्या आई आणि मालवणहून आलेल्या काकी एका खोलीत राहणार होत्या. चारुचे काका आणि बाबा गच्चीवर झोपणार होते. चारुलता आणि तिच्या तीन बहिणी एका खोलीत झोपणार होत्या.

दिवाकरचे भाचे श्रीधर आणि वसंत रत्नागिरीहून येणार होते, ते दुपारी तीनच्या सुमारास गुहागर बसस्टँडवर पोचले. मुंबईहून येणारी दिवाकरची बस थोडी उशिरा पोहोचणार होती. चारुलताच्या बाबांनी पाहुण्यांना स्टॅन्डपासून घरी आणण्यासाठी रिक्षा सांगून ठेवली होती. त्यातून श्रीधर आणि वसंत चारुलताच्या घरी आले.

चारुलताच्या आई-वडिलांनी त्यांचं स्वागत केलं. "प्रवास कसा झाला?" चारुलताच्या बाबांनी विचारलं.

"छान झाला काका. अण्णांनी तिकडे बसवून दिलं आणि इथे तुमच्या रिक्षावाल्यानं व्यवस्थित उतरून घेतलं," श्रीधर म्हणाला.

"तुमचे आई आणि अण्णा आले असते तर बरं झालं असतं," चारुलताच्या आई म्हणाल्या.

"तेच येणार होते; पण अण्णांना शाळेतून सुट्टी मिळाली नाही. मी मुंबईहून रत्नागिरीला आलो होतो, तर अण्णा म्हणाले, तू आणि वसंत जाऊन या," श्रीधरने उत्तर दिलं.

"तुमचं मुंबईचं कॉलेज काय म्हणतंय?" चारुलताच्या बाबांनी विचारलं.

"व्यवस्थित सुरू आहे. सध्या परीक्षेच्या अभ्यासासाठी सुट्टी आहे, म्हणून इकडे घरी रत्नागिरीला आलो आहे," श्रीधर म्हणाला.

"बाळांनो, मी तुमच्यासाठी लाडू आणते," असं म्हणत चारुलताची आई आत गेली आणि एका बशीत लाडू घेऊन आली.

श्रीधर आणि वसंत ते लाडू खात असतानाच चारुलता बाहेर आली.

"ही तुमची होणारी मामी," चारुलताच्या आईंने तिची मुलांशी ओळख करून दिली.

दोघे उठून उभे राहिले. त्यांनी हात जोडून चारुलताला नमस्कार केला.

"श्रीधर तू दहावीला जिल्ह्यात पहिला आला होतास ना? तुझ्याबद्दल आम्ही पेपरमध्ये वाचलं होतं," चारुलता म्हणाली.

"दादा यावर्षी पण कॉलेजमध्ये पहिला आला," वसंतनं उत्तर दिलं.

"अरे व्वा!" चारुलताचे बाबा म्हणाले.

तेवढ्यात चारुलताच्या दोन्ही लहान बहिणी, काका आणि काकू सगळेच बाहेर आले. चारुलताच्या आईने त्यांची श्रीधर आणि वसंतबरोबर ओळख करून दिली. ते आपसात गप्पा मारू लागले. चारुलताच्या घरातल्या सर्वांनाच श्रीधर आणि वसंत आवडले होते. त्यांच्या गप्पा सुरू असतानाच बाहेर दोन रिक्षा येऊन थांबल्या. एकातून दिवाकर आणि त्याच्या आई उतरल्या तर दुसरीतून दिवाकरचे मित्र दत्ता आणि शैलेश उतरले. त्याबरोबर चारुलताच्या घरातल्या लोकांची गडबड सुरू झाली.

बाबा आणि काका लगबगीने पुढे गेले. चारुलता आत निघून गेली. काकांनी दिवाकरच्या आईची तर बाबांनी दिवाकरची बॅग उचलली. दिवाकर अंगण ओलांडून उंबऱ्यावर पोचल्यावर चारुलताच्या आईनं दिवाकरला ओवाळलं. ते सगळे आत जाऊन बसल्यावर काकूंनी सर्वांसमोर पाण्याचे ग्लास ठेवले.

"पोहोचायला थोडा उशीर झाला का?" काकांनी विचारलं.

"अलिबागला का कुणास ठाऊक, बराचवेळ बस थांबवून ठेवली होती," दिवाकरची आई म्हणाली.

"आधी हात-पाय धुऊन घेणार का चहा आणू?" बाबांनी विचारलं.

"चहाच आणा. बराच वेळ चहा घेतला नाही," दिवाकर म्हणाला.

चारुलता एका ट्रेमध्ये चहाचे कप घेऊन आली.

"दिवाकर, तुला चहा हवा होता का, चारुलताला बघायची घाई झाली होती?" दिवाकरच्या आईनं विचारलं.

सगळे हसले. चारुलता एकदम लाजली.

"ये गं चारू, कशी आहेस बाळ?" दिवाकरच्या आईनं विचारलं.

"मी ठीक आहे," असं म्हणत चारुलता त्यांच्या शेजारी जाऊन बसली.

तिच्याकडे पाहत आई म्हणाल्या,"अगदी नक्षत्रासारखी दिसते माझी सून."

चारुलतानं मान खाली घातली. दिवाकर खूश झाला.

तेवढ्यात काकू आतून शिऱ्याच्या बशा घेऊन आल्या.

"अरे व्वा! शिरा मस्त झालाय. तुमच्या हॉटेलातून आणलाय का?" दिवाकरनं शिरा खात विचारलं.

"नाही, हा चारूच्या आईनं केला आहे. आमची चारू सुद्धा सगळा स्वयंपाक फार छान करते," चारुलताचे बाबा म्हणाले.

शिरा खाऊन झाल्यावर दिवाकरचा मित्र दत्ता उठत म्हणाला, "दिवाकर, मी आणि शैलेश बाजारात फिरून येतो."

शैलेश सुद्धा उठून उभा राहिला.

"तुम्हाला तिथे न्यायची काही व्यवस्था करू का?" बाबांनी विचारलं.

"नको नको, आम्ही जाऊ," शैलेश म्हणाला.

"ठीक आहे. बाजार तसा जवळच आहे. तुम्ही रात्री आठपर्यंत आलात तरी चालेल. साडेआठला जेवण वाढायचं आहे. तुमची, जावईबापूंची आणि भाच्यांची झोपण्याची सोय शेजारच्या घरी केली आहे. त्यांनी साडेनऊपर्यंत यायला सांगितलं आहे. त्या म्हाताऱ्या आजी आहेत. पावणे दहा-दहा पर्यंत त्या झोपतात," चारुलताचे बाबा म्हणाले.

"हो हो.. आठच्या आधीच येतो," दत्ता म्हणाला आणि ते दोघे बाहेर पडले.

"आई, तुम्ही थोडा आराम करणार का?" असं म्हणत चारुलताची आई दिवाकरच्या आईंना घेऊन आतमध्ये गेली. त्यांच्या पाठोपाठ चारुलताच्या बहिणी आणि काकू गेल्या. पाठोपाठ चारुलता सुद्धा गेली.

"जावईबापू, तुम्ही थोडा वेळ आडवं होणार का?" चारुलताच्या बाबांनी विचारलं.

"नाही मी इथे ठीक आहे," दिवाकर म्हणाला.

"आम्ही जरा बाहेर उद्याच्या फुलांची व्यवस्था बघतो. काही पाहिजे असेल तर हाळी मारा," असं म्हणून चारुलताचे बाबा आणि काका अंगणात गेले.

आता त्या खोलीत फक्त दिवाकर, वसंत आणि श्रीधर राहिले. दिवाकरने आळोखे पिळोखे दिले आणि उठून वसंतच्या शेजारी जाऊन बसला.

"वसंता, माझं एक छोटंसं काम करशील का?" त्यानं हळू आवाजात वसंतला विचारलं.

"कुठलं मामा?" वसंत म्हणाला.

"जरा आत जा आणि तुझ्या मामीला माझ्याबरोबर बाहेर फिरायला येते का, ते विचार?"

"ठीक आहे मामा," वसंत उठत म्हणाला.

"...आणि ती जरा एकटी आहे, असं बघून विचार, सगळ्यांसमोर नको," दिवाकरनं सांगितलं.

"होय मामा," असं म्हणून वसंत आत गेला. थोड्या वेळानं परत आला.

"काय रे, काय म्हणाली मामी?" दिवाकरनं काहीशा अधीरतेनं विचारलं.

"मामी तिच्या बहिणींबरोबर आहे. नाही विचारता आलं," वसंत म्हणाला.

तेवढ्यात चारुलताची आई बाहेर आली.

ती दिवाकरला म्हणाली, "जावईबापू, चारूबरोबर समुद्रावर फिरायला जाणार का? आमच्या गुहागरचा समुद्रकिनारा मस्त आहे. "

"हो. जातो ना. मला समुद्र फार आवडतो," दिवाकर उत्साहात येत म्हणाला.

पाच मिनिटांत काकू चारूलताला घेऊन आल्या. आता तिने बाहेर जायचे कपडे घातले होते.

"सांभाळून जा," काकू म्हणाल्या.

दिवाकर चारुलताला घेऊन बाहेर पडला.

"एवढा लांबचा प्रवास करून आलात थकला नाहीत?" चारुलतानं विचारलं.

"तुला भेटायची ओढ होती ना, म्हणून थकवा बिलकूल आला नाही," दिवाकर म्हणाला.

चारुलतानं दिवाकरच्या चेहऱ्याकडे पाहिलं. दिवाकरच्या चेहऱ्यावर आनंद होता.

"म्हणून तुम्ही मला निरोप द्यायला वसंतला आत पाठवलंत का?" चारुलतानं विचारलं.

"तुला कसं कळलं? वसंतनं तुला काहीच सांगितलं नाही, असं तो म्हणाला." दिवाकरला थोडं आश्चर्य वाटलं होतं.

"वसंत काहीच बोलला नाही, हे खरं पण ज्या पद्धतीनं तो माझ्याजवळ येऊन घुटमळून गेला त्यावरून त्याला तुमचा काही निरोप द्यायचा आहे, ते उघड होतं. मग काकू म्हणाली, "जावईबापूंना चारूबरोबर बाहेर जायचंय... मी त्यांना पाठवूनच येते," चारुलता म्हणाली.

"बघ. मी निरोप पाठवला ते बरं झालं ना? त्यामुळे आपल्या दोघांना बाहेर यायला मिळालं," दिवाकर म्हणाला.

"तुम्ही निरोप पाठवला नसतात तरी घरच्यांनी आपल्याला फिरायला पाठवलंच असतं. अहो, तशी पद्धतच असते," चारुलता म्हणाली.

"चारू, तू मला तुम्ही, अहो -जाहो वगैरे नको म्हणू... सरळ, "अरे दिवाकर" असंच म्हण ना," दिवाकरचा आवाज आता लाडिक झाला होता.

"ठीक आहे, दिवाकर " चारू किंचित लाजत म्हणाली.

आता ते समुद्रकिनारी पोचले होते. सूर्यास्ताची वेळ झाली होती. समुद्रकिनारा जवळपास निर्मनुष्य होता.

"तू लाजलीस, की किती मस्त दिसतेस चारू," दिवाकर म्हणाला आणि बोलता बोलता त्याने तिचा हात हातात घेतला.

"अहो हे काय?" चारू हात सोडवून घ्यायचा प्रयत्न करत म्हणाली," लोक काय म्हणतील? ही मुंबई नाही, गुहागर आहे म्हटलं."

"गुहागरमधले लोक काय प्रेम करत नाहीत काय?" दिवाकरनं विचारलं.

चारुलतानं हात सोडवून घ्यायचा प्रयत्न सोडून दिला. दिवाकर तिच्याजवळ सरकला. आता चालताना दोघांचे दंड एकमेकांना घासत होते.

त्याच वेळी दिवाकरच्या मोबाइलची रिंग वाजली. दिवाकरने फोन उचलला.

"हो, मी येतोच्च नाही रे आलोच.. हो तिथेच येतो.... दहा मिनिटांत तुमच्या समोर आहे," एवढं बोलून दिवाकरनं फोन बंद केला.

"आता आपण परत निघूया का?" तो चारुलताकडे वळून म्हणाला.

आत्ता इतका मजेत बोलणारा माणूस अचानक, "परत निघूया का," असं का विचारतोय, हे तिला कळेना.

"घरून फोन होता का?" चारुलतानं विचारलं.

दिवाकर काहीच बोलला नाही.

"आपण अजून थोडा वेळ फिरलो तर चालेल. आत्ताशी सात वाजतायत. अजून थोडा वेळ आपल्याकडे आहे," चारूलता म्हणाली.

"अगं, माझे मित्र बाजारात गेले आहेत ना, त्यांचा फोन होता. ते काहीतरी खरेदी करताहेत. त्यांना माझा सल्ला हवा आहे. तुला घरी सोडून मी जरा त्यांच्याकडे जाऊन येतो," बोलता बोलता दिवाकर उलटा वळला व घराच्या दिशेने

चालायला लागला.

चारुलता त्याच्या मागोमाग चालू लागली. दिवाकरच्या चालण्याचा वेग आता खूप जास्त होता, हे चारुलताला जाणवलं.

ते घरी पोचले तेव्हा दिवाकरची आई, चारूलताची आई आणि काकू बाहेरच्या खोलीत गप्पा मारत होत्या.

"लवकर आलात?" दिवाकरच्या आईने विचारलं.

"अंधार पडायला लागला मग परत आलो," दिवाकर म्हणाला.

"जावईबापू, चहा घेणार का?" चारुलताच्या काकूने विचारलं.

"नको. माझे मित्र बाजारात गेले आहेत ना, मी जरा जाऊन त्यांना घेऊन येतो," दिवाकर म्हणाला.

"अहो, ते येतील ना आपले आपण.. आमचं गुहागर केवढं लहानसं गाव आहे," चारुलताची आई म्हणाली.

"हो.. पण ते काही खरेदी करताहेत त्यात त्यांना माझा सल्ला हवा आहे," दिवाकर म्हणाला आणि जायला वळला.

"दिवाकर जातोच आहेस, तर श्रीधर आणि वसंताला घेऊन जा. त्यांना पण बाजार दाखव. मुलं मगापासूनच बसून-बसून कंटाळली असणार," दिवाकरची आई म्हणाली.

दिवाकरने क्षणभर विचार केला. त्याला चर्चा करण्यात वेळ घालवायचा नव्हता. "चला रे मुलांनो," तो म्हणाला.

"लवकर या. रात्री जेवायला सुधारस, चपात्या, बटाट्याची भाजी, भात आणि डाळीची फोडणी घातलेली आमटी असा बेत आहे." चारुलताच्या काकू म्हणाल्या.

"हो लगेचच येतो," म्हणत दिवाकर बाहेर पडला. श्रीधर आणि वसंत त्याच्या पाठोपाठ निघाले.

ते अंगण ओलांडून रस्त्यावर आले तेव्हा तिकडून एक रिक्षा चालली होती. दिवाकरने हाक मारून रिक्षा थांबवली.

"बकुळ हॉटेलला चल," रिक्षात बसून तो म्हणाला.

"ते जवळच तर आहे. तिथे जायला रिक्षा कशाला पाहिजे?" रिक्षावाल्यानं उलटं विचारलं.

"तुला भाडं मिळतंय ना, तू चल,"दिवाकर म्हणाला.

रिक्षावाल्याने रिक्षा सुरू केली व पुढे जाऊन मिनिटभरातच थांबवली. "हे हॉटेल बकूळ," रिक्षावाला म्हणाला.

दिवाकरने पैसे दिले. सुटे पैसे परत घेण्यासाठी न थांबता तो हॉटेलच्या पायऱ्या चढू लागला.

"आपण बाजारात जाणार होतो ना ?" वसंतनं विचारलं.

"अरे माझे मित्र इथेच बसले आहेत," दिवाकरनं उत्तर दिलं

'बकुळ हॉटेल' हे चार खोल्यांचं लॉजिंग बोर्डिंग होतं. आत गेल्यावर रिसेप्शन होतं. तिथे एक वयस्क माणूस बसला होता. तो बहुतेक मॅनेजर असावा. हॉटेलमध्ये फारसं गिऱ्हाईक दिसत नव्हतं. रिसेप्शनला लागून एक डायनिंग हॉल होता. दिवाकर 'डायनिंग हॉल'मध्ये शिरला. तिथे मंद प्रकाशाचे दिवे लावले होते. वर सनमायका लावलेली काही लाकडी टेबलं मांडून ठेवली होती. प्रत्येक टेबलाभोवती चार-पाच लाकडी खुर्च्या होत्या. त्यातल्या एका टेबलावर दत्ता आणि शैलेश बसले होते.

"आजा यार!" दिवाकरला बघून शैलेश आनंदाने ओरडला.

"तुम्ही इथे बसलाय काय?" दिवाकरने सुद्धा तितक्याच आनंदाने ओरडून त्याला प्रतिसाद दिला.

दिवाकर जाऊन त्यांच्यासमोरच्या खुर्चीवर बसला. श्रीधर आणि वसंत त्याच्या शेजारी बसले.

टेबलावर एक दारूची अर्धी संपलेली बाटली होती. दोन सोड्याच्या बाटल्या होत्या. त्यांच्या शेजारी दोन बशा होत्या. त्यामध्ये पापड आणि शेंगदाणे होते. काही रिकामे काचेचे ग्लास पालथे करून ठेवले होते. कोपऱ्यात प्लास्टिकचं कव्हर घातलेलं एक मेन्यूकार्ड ठेवलं होतं. दत्ता आणि शैलेशसमोर दारूचे ग्लास होते. त्यातली दारू संपत आली होती. ते दोघे त्यामध्ये पुन: दारू भरण्याच्या तयारीत होते.

"किती वेळ लावलास! तुझी वाट बघण्यात आमची अर्धी बाटली संपली," दत्ता म्हणाला.

बोलता-बोलता त्याने पालथा ठेवलेला एक ग्लास सरळ केला. त्यामध्ये थोडी दारू ओतली.

"सोडा की पाणी?" त्याने दिवाकरला विचारलं.

"पाणी," दिवाकरनं तत्परतेनं उत्तर दिलं.

दत्ताने त्या ग्लासातल्या दारूमध्ये पाणी मिसळलं. मग स्वत:च्या आणि शैलेशच्या ग्लासांमध्ये दारू आणि सोडा टाकला. एका चमच्याने ते मिश्रण ढवळलं. मग स्वत:चा ग्लास उंचावून तो म्हणाला, "चिअर्स!" पाठोपाठ शैलेश आणि दिवाकरने सुद्धा आपले ग्लास उंचावले आणि ते सुद्धा "चिअर्स," म्हणाले.

"हॅप्पी मॅरेज टू अवर फ्रेंड दिवाकर," शैलेश म्हणाला. त्या तिघांनी त्यांचे ग्लास एकमेकांच्या ग्लासवर हलकेच आपटले आणि प्रत्येकाने आपापल्या ग्लासातून एक घोट घेतला.

मग दिवाकरने समोरच्या बशीतल्या पापडाचा एक तुकडा मोडून तोंडात ठेवला. जगातला सर्वांत चविष्ट पदार्थ खात असल्याचा आनंद त्याच्या चेहऱ्यावर पसरला. त्याच आनंदात त्यानं ग्लासातून दुसरा घोट घेतला. तो श्रीधरकडे वळला.

"तुम्ही काय खाणार?" त्यानं श्रीधर आणि वसंतकडे पाहत विचारलं.

आपल्याबरोबर श्रीधर आणि वसंत हे दोघे सुद्धा आहेत, हे त्याच्या आत्ता लक्षात आलं असावं.

"अरे व्वा! भाचेकंपनी सुद्धा आली आहे वाटतं?" नवीन ग्लास भरून, त्यातून एक-दोन घोट पिऊन, सगळं स्थिरस्थावर झाल्यावर आता दत्ताचं श्रीधर आणि वसंतकडे लक्ष गेलं होतं. हे लोक दारू पीत आहेत, हे श्रीधरच्या आता लक्षात आलं होतं. मुंबईत त्याच्या हॉस्टेलमधले त्याचे काही मित्र, अशा पार्ट्या करायला, जवळपासच्या एखाद्या हॉटेलमध्ये कधीतरी जात असत. कधी कधी ते श्रीधरला सुद्धा आग्रह करून आपल्याबरोबर नेत. श्रीधर दारू कधीच प्यायला नाही, पण तो त्यांच्याबरोबर जाऊन बसत असे. त्यामुळे श्रीधरला दारू पार्टी कशी असते, याची थोडी कल्पना आली होती. वसंत मात्र गोंधळला होता. दिवाकरमामा दारू पितो, हे त्यानं ऐकलं होतं; पण तो दारू प्यायला आपल्याला बरोबर घेऊन जाईल, याची त्याला कल्पना नव्हती.

"तुमच्यासाठी मस्त गरम कांदाभजी मागवू?" दिवाकरनं विचारलं.

"मामा, आता काही खायला नको. मामीच्या घरी जाऊन जेवायचं आहे," श्रीधर म्हणाला.

"खायला नको, तर प्यायला मागवा," शैलेश म्हणाला. त्याचा आवाज आता आनंदात डुंबल्यासारखा येत होता.

"नको. आम्हाला काहीच नको," श्रीधर म्हणाला.

"पण दिवाकर इतका वेळ तू कुठं होतास?" दत्तानं दिवाकरला विचारलं.

"अरे, तुझ्या वैनीला घेऊन समुद्रावर गेलो होतो," दिवाकर म्हणाला.

"काहीही म्हण दिवाकर; पण तू लकी आहेस," शैलेश म्हणाला.

"खरं आहे," दिवाकर खुशीत येऊन मान डोलवत म्हणाला आणि त्यानं समोरच्या ग्लासातून एक घोट घेतला.

"आम्ही तुला लकी का म्हणतोय, ते विचार ना?" दत्ता म्हणाला.

"कारण तुमची वैनी एवढी सुंदर आहे म्हणून," दिवाकरनं उत्तर दिलं.

"नाही... म्हणजे वैनी सुंदर आहेच; पण आम्ही वेगळ्याच कारणासाठी तुला लकी म्हणतोय," शैलेश म्हणाला.

"का म्हणताय?" दिवाकरनं विचारलं.

"तू ओळख ना," दत्ता म्हणाला.

“माझे सासरे म्हणजे एकदम सज्जन माणूस आहेत म्हणून?” दिवाकरनं विचारलं.

“नाही रे,” शैलेश म्हणाला.

“मग आता तुम्हीच सांगा,” दिवाकरनं हार मानली.

“तू लकी आहेस, कारण तुला दोन मेहुण्या आहेत,” दत्ता म्हणाला.

यावर ते तिघेही खळखळून हसले.

“साली आधी घरवाली होती है... और दिवाकर को दो-दो साली... दिवाकर एकदम लकी माणूस,” शैलेश म्हणाला. यावर ते तिघेही आणखीन जोरात खिदळू लागले.

श्रीधर आणि वसंत आता अस्वस्थ होऊ लागले होते. श्रीधरनं घड्याळात बघितलं. आठ वाजत आले होते. चारुलताच्या बाबांनी आठ वाजेपर्यंत घरी यायला सांगितलं होतं.

“मामा आठ वाजलेत. घरी जायला उशीर होतोय,” श्रीधर दिवाकरच्या कानात म्हणाला.

“जाऊ रे वेळेत. तू काळजी करू नकोस,” दिवाकर म्हणाला.

“यायला थोडा उशीर होईल,” असं चारुलतामामीच्या वडिलांना फोन करून कळवावं म्हणून श्रीधरने मोबाइल हातात घेतला; पण तिथे अजिबातच कनेक्शन नव्हतं. त्याने मग फोन खाली ठेवला.

तोपर्यंत दत्ताने तिथे ऑर्डर घेणाऱ्या मुलाला इशारा करून काहीतरी सांगितलं. तो मुलगा हातात दारूची छोटी बाटली घेऊन आला. त्याने तिघांच्या ग्लासात दारू भरली.

“एक कोलंबी फ्राय आणि एक सुरमई फ्राय आण,” दत्ताने त्या मुलाला सांगितलं. मग श्रीधरकडे वळून विचारलं, “भाचे कंपनी, तुम्हाला खरंच काही नकोय?”

“नको,” श्रीधर म्हणाला.

“दिवाकर, तू काय खाणार?” दत्ताने दिवाकरला विचारलं.

दिवाकरनं नव्याने भरलेल्या ग्लासातून एक घोट घेतला. थोडा विचार केला. मग म्हणाला, “पापलेट फ्राय मागवू या. इथला पापलेट मस्त असणार बघ.” त्यानंतर त्या मुलाकडे बघत त्याने विचारले, “पापलेट फ्राय आहे ना रे?”

“होय साहेब,” तो मुलगा म्हणाला

“एक पापलेट फ्राय आण. पापलेट एकदम स्पेशल क्वालिटीचा घ्यायला सांग,” दिवाकर खुशीत येत म्हणाला.

“होय साहेब, अजून काय हवं असेल तर आत्ताच सांगा. ‘डायनिंग हॉल’ नऊ

वाजता बंद होतो. नंतर थोडावेळ रूम सर्व्हिस सुरू असते; ती सुद्धा साडेनऊपर्यंत बंद होते,'' एवढं बोलून तो मुलगा निघून गेला.

त्यांनी मागवलेले खाद्यपदार्थ आले. ते संपले. दारूसुद्धा संपली. दत्तानं ऑर्डर घेणाऱ्या मुलाला बोलावलं.

''अजून एक क्वार्टर आण.'' दत्तानं त्या मुलाला सांगितलं.

''आता देता येणार नाही साहेब, 'डायनिंग हॉल' बंद झाला आहे.''

''काहीही कर आणि क्वार्टर घेऊन ये,'' दिवाकर म्हणाला.

''मी काहीही करू शकत नाही साहेब, 'डायनिंग हॉल' बंद झाला आहे,'' तो मुलगा म्हणाला.

''तुझ्या मॅनेजरला बोलव,'' दिवाकर म्हणाला.

तो मुलगा गेला आणि बाहेर बसलेल्या वयस्कर मॅनेजरला घेऊन आला.

''काय झालं साहेब?'' मॅनेजरनं विचारलं.

''आम्हाला एक क्वार्टर पाहिजे आहे,'' दिवाकरनं सांगितलं.

''आता देता येणार नाही. आमचा 'डायनिंग हॉल' बंद झाला साहेब,'' तो म्हणाला.

''असं कसं चालेल?'' आम्हाला हवी आहे तर तुम्हाला द्यावीच लागेल,'' दिवाकर म्हणाला.

''डायनिंग हॉल बंद झाला आहे साहेब,'' मॅनेजरने पुन्हा सांगितलं.

''मग उघडा. मी कोण आहे, ते तुम्हाला अजून माहिती नाही,'' दिवाकर एखादा मोठा अधिकारी असल्याच्या अविर्भावात म्हणाला.

''माहिती आहे साहेब,'' मॅनेजरनं उत्तर दिलं.

''ते बरं झालं. सांगा मी कोण आहे ते?'' दिवाकर म्हणाला.

''स्टँडवरच्या हॉटेलचे बाबा काळे आहेत, त्यांचे तुम्ही जावई आहात,'' मॅनेजर शांतपणे म्हणाला..

ही ओळख ऐकून दिवाकर आणि त्याचे दोन मित्र चपापले.

''मी बाबा काळेक फोन लावतंय आणि त्यांचा जावई हैसर काय करतय, ते आता सांगतंय. आत कनेक्शन येत नाही, बाहेर लँडलाइनवरून फोन करतंय,'' असं म्हणून तो मॅनेजर फोन करायला बाहेर जाऊ लागला.

त्याने जर चारुलताच्या बाबांना फोन करून त्यांचा जावई काय करतोय, ते कळवलं तर फार मोठी अडचण होईल, हे सगळ्यांच्याच लक्षात आलं. दिवाकर आणि त्याचे मित्र कसलीही अडचण सोडवण्याच्या परिस्थितीत नव्हते. श्रीधर पटकन उठला आणि मॅनेजरला परत घेऊन आला.

''मॅनेजरसाहेब, तुमचा 'डायनिंग हॉल' बंद झाला; पण तुम्ही रूममध्ये सर्व्हिस

देता, बरोबर ना?''

"हो,'' मॅनेजर म्हणाला.

"आज एक रूम अव्हेलेबल आहे का?'' श्रीधरनं विचारलं.

"हो. भाडं चोवीस तासांचे शंभर रुपये,'' मॅनेजरनं उत्तर दिलं.

श्रीधर दिवाकरकडे पाहत बोलू लागला, "मामा, आता साडेनऊ वाजून गेले आहेत. शेजारच्या राणेआजी आता झोपल्या असतील. आता त्यांना उठवणं बरं दिसणार नाही. शैलेशमामा आणि दत्तामामा सुद्धा या अवस्थेत तुझ्या सासरी नाही आले तर बरं. त्यामुळे इथेच एक खोली घे. या दोघांना इथेच झोपू देत. तुला मात्र घरी येऊन तिथे जेवायला सुद्धा लागेल. दत्तामामा आणि शैलेशमामा या लॉजच्या खोलीमध्ये राहिले तर त्यांना दारूसुद्धा मिळेल. बरोबर ना मॅनेजरसाहेब?'' शेवटचं वाक्य त्याने मॅनेजरकडे पाहत विचारलं.

"हो,'' मॅनेजर म्हणाला.

आता खोलीमध्ये बसून पुन्हा दारू प्यायची, ही कल्पना दत्ता आणि शैलेशला फारच आवडली.

"भांजेमे दम है... '' दत्ता खूश होत म्हणाला.

"मॅनेजरसाहेब, आता यांची सोय लावतील दिवाकरमामा. आपण आता निघू या. आधीच खूप उशीर झालाय,'' श्रीधर खुर्चीवरून उठत म्हणाला.

"श्रीधर, मी पाच-दहा मिनिटं यांच्याबरोबर खोलीमध्ये बसतो. थोडी उतरली आहे. जरा लेव्हलमध्ये आणतो आणि मग घरी येतो. तोपर्यंत तुम्ही जाऊन जरा सांभाळून घ्या,'' दिवाकर म्हणाला.

"दादा, मी मामाबरोबर थांबतो. त्याला घेऊनच येईन,'' वसंत म्हणाला.

"शक्यतो, यांना चालत नेऊ नका. मी रिक्षा बोलावून ठेवतो. यांचं आटोपलं, की ती तुम्हाला घरी सोडेल,'' मॅनेजर म्हणाला.

ते चौघे लॉजवरच्या खोलीच्या दिशेने निघाले. श्रीधर हॉटेलमधून बाहेर पडला.

श्रीधर घरी आला तेव्हा चारुलताचे बाबा अंगणातच येरझाऱ्या घालत होते. तिची आई दारातच उभी होती. चारुलता खाली सतरंजीवर बसली होती. तिच्या शेजारी तिची काकू आणि काका बसले होते. प्रवासाचा थकवा आल्यानं दिवाकरची आई मगाशीच झोपी गेली होती. तिला सोबत म्हणून चारुलताच्या दोन्ही बहिणी तिच्याच खोलीत झोपल्या होत्या.

"काय, जावईबापू कुठे आहेत?'' चारुलताच्या बाबांनी श्रीधर दिसल्याबरोबर त्याला अंगणातच विचारलं. त्यांच्या आवाजात काळजी होती. श्रीधर आल्याचं कळल्या बरोबर बाहेरच्या खोलीत बसलेली सगळीच माणसं एकदम उठून उभी राहिली.

"काही काळजी करायचं कारण नाही,'' श्रीधर घरामध्ये येत म्हणाला.

त्याच्या पाठोपाठ बाबा आणि इतका वेळ दारात उभ्या असलेल्या आई सुद्धा खोलीत आल्या.

"काळजीचं काही कारण नाही. दिवाकर मामा 'बकुळ हॉटेल'मध्ये आहे. दहा मिनिटांत तो इथे येईल," श्रीधर म्हणाला.

क्षणभर सगळेच शांत झाले.

"जावईबापू 'बकुळ हॉटेल'मध्ये काय करताहेत?" बाबांनी विचारलं. त्यांच्या आवाजात शंका होती.

"मामांचे मित्र दत्तामामा आहेत ना, त्यांच्या छातीत अचानक दुखायला लागलं. प्रवासाच्या त्रासामुळे असेल असं आम्हाला वाटलं; पण नंतर त्यांना बसता सुद्धा येईना. त्यांना चक्कर यायला लागली. पडून रहावसं वाटायला लागलं म्हणून त्यांना शेजारच्या 'बकुळ हॉटेल'मध्ये खोली घेऊन तिथे झोपवलय," श्रीधर म्हणाला.

"हॉटेलमध्ये कशाला? घरीच आणायचं ना?" चारुलताच्या आई म्हणाल्या.

"हे लग्नघर आहे आई. इथे एक आजारी माणूस झोपला तर ते सगळ्यांनाच अडचणीचं झालं असतं ना, म्हणून दिवाकरमामा त्यांना हॉटेलच्या खोलीत घेऊन गेला," श्रीधरनं उत्तर दिलं.

"जावईबापूंनी हा एकदम बरोबर विचार केला,"चारुलताचे काका म्हणाले.

"दत्तामामा रात्री हॉटेलवरच झोपतील. त्यांची काळजी घ्यायला शैलेशमामा सुद्धा तिथेच झोपतील. मी, दिवाकरमामा आणि वसंत इथेच कुठेतरी ॲडजेस्ट करून घेऊ. पाटकर आजींना आपल्यापैकी कुणी तिकडे झोपायला येत नाही, असा निरोप द्याल का?" श्रीधरनं विचारलं.

"हो, आता दहा वाजलेत. त्या बिचाऱ्या आपल्यासाठी ताटकळत जाग्या आहेत. त्यांचा अजून खोळंबा नको. मी त्यांना निरोप देऊन येते," असं म्हणत चारुलताच्या आई निरोप द्यायला गेल्या.

श्रीधर विचार करू लागला... दिवाकरमामा आता यांच्याबरोबर जेवायच्या अवस्थेत नाही. काहीतरी करून एकत्र जेवण्याचा बेत टाळायला हवा... खरंतर दिवाकरमामा या अवस्थेत त्यांच्यासमोर फारसा येणार नाही, याची काळजी घ्यायला पाहिजे....

"तुमच्या जेवणाचं काय?" श्रीधरनं विचारलं.

"सगळ्या बायका जावईबापूंच्या आईबरोबर सात वाजताच जेवल्या. आता फक्त आपण पुरुषमंडळीच उरलो आहोत," चारुलताचे काका म्हणाले.

"मला वाटतं, काका तुम्ही आणि बाबांनी सुद्धा आता जेवून झोपायला जावं. उद्या सकाळी लवकर उठून तुम्हाला लग्नाची सगळी व्यवस्था करायची आहे," श्रीधर म्हणाला.

"तेही बरोबर आहे," काका म्हणाले. "खरं सांगायचं तर संध्याकाळचा शिरा खाऊन माझं पोट भरलं आहे. मला जेवायची फारशी इच्छा नाही."

"मी संध्याकाळी थोडी चपाती आणि भाजी खाल्ली आहे, त्यामुळे मला सुद्धा भूक नाही," बाबा म्हणाले.

"मग तुम्ही जाऊन आरामात झोपा. तुम्हाला विश्रांतीची गरज आहे," श्रीधर म्हणाला.

"हो. जावईबापू आले, की त्यांना भेटून आम्ही झोपायला जातो," बाबा म्हणाले.

तेवढ्यात दाराबाहेर रिक्षा थांबली. त्यातून दिवाकर आणि वसंत खाली उतरले.

वसंतने दिवाकरचा हात आपल्या हातात सहजतेने धरल्यासारखा दिसत होता.

"या या जावईबापू," चारुलताचे वडील प्रेमाने म्हणाले.

या स्वागताचं दिवाकरला थोडं आश्चर्यच वाटलं. आपल्याला इतका उशीर झाल्याबद्दल जाब द्यावा लागेल, अशी त्याची अपेक्षा होती.

"दत्ताराव आता कसे आहेत?" चारुलताच्या काकांनी आपुलकीच्या स्वरात विचारलं.

ते असं का विचारत आहेत, ते दिवाकरला कळेना. तो म्हणाला, "दत्ता ना? एकदम मस्त. खोलीत जाऊन घेतल्यावर एकदम लेव्हल जमली त्याची. झोपेल आता तो."

सगळेच दिवाकरकडे गोंधळून पाहू लागले.

श्रीधर सावकाश म्हणाला, "खोलीत जाऊन औषध घेतल्यावर छातीत दुखण्याची लेव्हल कमी झाली आहे. दत्तामामा आता शांत झोपेल, असं दिवाकरमामाला म्हणायचं आहे."

दिवाकर आणि वसंत त्याच्याकडे पाहत राहिले..

श्रीधर पुढे म्हणाला, "दिवाकरमामा, दत्ता मामाच्या छातीत दुखायला लागल्यावर लगेच तू त्याला 'बकुळ हॉटेल'मध्ये नेऊन तिथल्या खोलीत त्याची झोपायची व्यवस्था केलीस ते फार चांगलं केलंस, असं सगळे म्हणत आहेत."

तो काय म्हणतोय, हे त्या अवस्थेत दिवाकरच्या लक्षात येत नव्हतं; पण आपल्या दादांनी इथे काय सांगितलं असणार, याची वसंतला बरोबर कल्पना आली.

तो म्हणाला, "हो. दत्तामामांच्या छातीत एकदम दुखायला लागल्यावर सगळ्यांनाच टेन्शन आलं होतं; पण दिवाकरमामानी झटपट योग्य निर्णय घेतले. आता सगळं व्यवस्थित आहे."

आपण कुठला योग्य निर्णय घेतला, हे दिवाकर आठवू लागला.

श्रीधर चारुलताच्या आईला म्हणाला, "तुम्ही सुद्धा झोपायला गेलात तरी

चालेल. तुम्हाला उद्या भरपूर काम करायचं आहे. चारुलता मामी वाढतील आम्हाला.''

''हो हो. चारुलता वाढेल आम्हाला,'' दिवाकर म्हणाला.

श्रीधरनं दिवाकरकडे पाहिलं. त्याच्या चेहऱ्यावर आता परमानंद पसरला होता. 'याची लेव्हल आता एकदम बरोबर जमलेली आहे,' श्रीधर मनातल्या मनात म्हणाला.

बाबा आणि काका झोपायला गच्चीवर गेले. चारुलताच्या आई आणि काकू सुद्धा आपल्या खोलीकडे जायला निघाल्या.

जाताजाता काकू मागे वळल्या आणि चारुलताकडे पाहत म्हणाल्या, ''जावईबापूंना व्यवस्थित जेवायला वाढ आणि झोपायला आमच्या खोलीत ये.''

आता खोलीत चारुलता आणि ते तिघे इतकेच उरले.

''मी जरा हात-पाय धुऊन येतो,'' असं म्हणत दिवाकर मोरीच्या दिशेने निघाला. दोन पावलं चालल्यावर त्याचा किंचित तोल गेला; पण त्यानं स्वत:ला सावरलं आणि तो पुढे गेला.

''दिवाकर असे का चालतायत? त्यांची तब्येत ठीक आहे ना?'' चारुलतानं श्रीधरला विचारलं. तिच्या आवाजात काळजी होती.

''हो,'' श्रीधर म्हणाला.

''तुम्ही खरं सांगताय ना?'' तिनं विचारलं. तिच्या स्वरात अविश्वास होता.

श्रीधर क्षणभर गप्प झाला. मग सावकाश म्हणाला, ''खरं सांगायचं तर दिवाकरमामा थोडीशी दारू प्यायला आहे.''

चारुलता श्रीधरकडे पाहत राहिली. मग श्रीधरनं 'बकुळ हॉटेल' मध्ये घडलेला सगळा प्रसंग अगदी थोडक्यात सांगितला. तिनं सगळं लक्षपूर्वक ऐकून घेतलं. आपण दारू पितो, हे दिवाकरनं तिला सांगितलं होतं. तिचा त्याला आक्षेपही नव्हता; पण दारू प्यायल्यानंतर चालताना त्याचा तोल जातो, हे दिवाकरनं तिला सांगितलं नव्हतं.

दिवाकर हात-पाय धुऊन परत आला.

''मामी, जेवायला वाढताय ना?'' वसंतनं विचारलं.

''हो. चला ना.''असं म्हणत चारुलता स्वयंपाक घरात आली. तिच्या पाठोपाठ ते तिघे आले. खाली पाट ठेवले होते त्यावर ते बसले. त्यांची ताटं तयार करून ठेवली होती. त्यांनी जेवायला सुरुवात केली. जेवताना कुणीच फारसं बोललं नाही. दिवाकर फक्त थोडा आमटी- भात खाऊन उठला. त्याच्या ताटातला सुधारस वसंतनं घेतला.

जेवण संपवून ते बाहेरच्या खोलीत आले.

''मामी, आम्ही इथेच सतरंजीवर झोपतो. फक्त उशा असतील तर त्या

आम्हाला द्या,'' श्रीधर म्हणाला.

चारुलता आत जाऊन तीन उशा आणि पांघरूणं घेऊन आली. तिनं उशा सतरंजीवर ठेवल्या.

''गुडनाईट चारू,'' तिच्याकडे पाहून दिवाकर म्हणाला आणि एका उशीवर डोकं ठेवून अंगावर पांघरूण ओढून घेत झोपून गेला.

''मामी, तुम्ही पण जाऊन आता झोपा. सकाळी लवकर उठायचं आहे.'' श्रीधर म्हणाला.

चारू आत जाऊन आपल्या अंथरुणावर पडली.....दारू पिणं ही आजकाल सर्वसामान्य गोष्ट झाली आहे, हे चारुलताला मान्य होतं. पण स्वत:च्या लग्नाच्या आधल्या दिवशी, घरचं जेवण सोडून आपला जावई दारू प्यायला गेला आहे, हे तिच्या बाबांना कळलं असतं तर त्यांना नक्कीच फार वाईट वाटलं असतं. पुढे आयुष्यभर त्यांना त्यांच्या मुलीची काळजी वाटत राहिली असती... यातलं काही त्यांना कळलं नाही, ते फार चांगलं झालं.... परिस्थिती सांभाळून घेतल्याबद्दल तिला श्रीधर आणि वसंतचं कौतुक वाटलं... समुद्रावरचा दिवाकरचा स्पर्श आठवला... परवा रात्री यावेळी ती गुहागरपासून दूर मुंबईत असणार आहे, हे तिला जाणवलं... अशा विचारातच केव्हातरी तिला झोप लागली.

सकाळी तयार होऊन चारुलता बाहेरच्या खोलीत आली. दिवाकर लग्नासाठी शिवून घेतलेला कुर्ता-पायजमा घालून बाहेर जमलेल्या मंडळींना काहीतरी सांगत होता. ती मंडळीसुद्धा त्याचं बोलणं लक्षपूर्वक ऐकत होती. चारुलता दिवाकरकडे पाहत होती. तो एकदम फ्रेश दिसत होता. काल रात्री या माणसाचा चालताना तोल जात होता, यावर विश्वास ठेवणं सुद्धा कठीण होतं. दिवाकरचं चारूकडे लक्ष गेलं.

''छान दिसते आहेस,'' तो लगबगीने तिच्याजवळ येऊन तिला म्हणाला.

''आता भटजी आपल्याला बोलावतील, असा निरोप आईनी तुला द्यायला सांगितला आहे,'' चारुलता म्हणाली.

''हो. मी तयार आहे,'' दिवाकर म्हणाला.

सव्वा दहाच्या मुहूर्तावर चारुलता आणि दिवाकरचं लग्न झालं. मुहूर्ताला घरच्या लोकांखेरीज चारुलताच्या काही मैत्रिणी आणि आई-बाबांचे काही आप्तेष्ट असे अगदी मोजकेच लोक होते. लग्न झाल्यावर वधू-वरांबरोबर कुटुंबातली सर्व मंडळी दुर्गादेवीचं दर्शन घेऊन आली. लग्नाच्या जेवणाची पंगत दुपारी घरातल्या अंगणातच होती. पंगतीला दिवाकरच्या शेजारी बसून दत्ता आणि शैलेश जेवणावर आडवा हात मारत होते. दत्ताला चवीनं जेवताना बघून त्याची तब्येत आता ठीक झाली आहे, असं चारुलताच्या घरातल्या सर्वांना वाटलं आणि त्यांना आनंद झाला.

दुपारी चारच्या बसनं श्रीधर आणि वसंत रत्नागिरीला जाणार होते. जायच्या

आधी ते चारुलताला भेटले. चारुलतानं त्या दोघांना मुंबईला घरी येण्याचं आग्रहाचं आमंत्रण दिलं. चारुलताचे बाबा त्या दोघांना बसमध्ये बसवून आले.

दिवाकरनं मुंबईला जाण्यासाठी रात्री आठ वाजता सुटणाऱ्या बसमध्ये रिझर्वेशन केलं होतं. चारुलता सासरी निघाली, याचं दु:ख तिचे आई-बाबा आणि बहिणींना जाणवू लागलं होतं. चारुलता आई-बाबांपासून कायमची लांब राहायला निघाली होती, तिला रडू येत होतं. ते तिनं आवरून धरलं होतं. तिच्या सामानाची बांधाबांध झाली. साडेसहा वाजत आले तसा दिवाकर चारुलताला म्हणाला, "अगं शैलेशला मुंबईला न्यायला काही वस्तू घ्यायच्या आहेत. आम्ही जरा बाजारात जातो. तिथून थेट बसस्टँडवरच येतो."

"वेळेत ये,"चारूलता म्हणाली.

"बसस्टॅन्डवरच भेटू या," असं सर्वांना सांगून दिवाकर त्याच्या मित्रांबरोबर बाहेर पडला.

निघायची वेळ झाली. चारुलता सर्वांच्या पाया पडली. तिच्या आईला रडू अनावर झालं.

"तुमच्या मुलीची अजिबात काळजी करू नका आणि तुम्ही मुंबईला येत रहा." दिवाकरच्या आईनं चारुलताच्या आईला सांगितलं. चारुलताच्या आईनं दिवाकरच्या आईचे हात हातात घेतले. ती काही बोलू शकली नाही. रिक्षा आल्या. चारुलता घराबाहेर पडली. या घरापासून आता आपण कायमचे दूर चाललो, याची तिला जाणीव झाली. तिचे डोळे भरून येऊ लागले. स्वत:ला सावरत ती रिक्षात बसली.

सगळेजण बसस्टँडवर पोचले. दिवाकरला यायला आज सुद्धा उशीर झाला तर बस कशी थांबवायची, याची चारुलताला काळजी वाटत होती. पण आज दिवाकर वेळेत आला. त्याचे मित्रही त्याच्याबरोबर होते. तो थोडी प्यायला असावा; पण आज त्याचा तोल जात नव्हता.

"आमच्या चारुची काळजी घ्या," चारुलताचे बाबा दिवाकरचे हात हातात घेत म्हणाले. त्यांचा आवाज आता रडवेला झाला होता.

"मी आहे ना बाबा. तुम्ही कसली काळजी करू नका! तुमच्या मुलीला काहीही कमी पडणार नाही याची मी खात्री देतो, दिवाकर सहजतेनं म्हणाला.

बस प्लॅटफॉर्मवर लागली. चारुलता दिवाकरच्या पाठोपाठ बसमध्ये शिरली...

लग्नानंतर मुबंईत आल्यावर तिला मुंबई आवडली. इस्टेट एजन्ट म्हणजे घरांची खरेदी-विक्रीच्या व्यवहारातला दलाली घेणारा मध्यस्थ हे कळलं. लग्नानंतर काही वर्षांत दिवाकरची आई वारली; पण जोपर्यंत ती होती, तोपर्यंत चारुलतानं तिची उत्तम काळजी घेतली. दिवाकरची आई त्याबद्दल सर्वांसमोर नेहमीच आपल्या सुनेचं कौतुक करायची. चारुलताकडे पाहुण्यांचा नेहमीच राबता असे. तिलासुद्धा

माणसं आलेली आवडायची. दिवाकरचा व्यवसायही ठीकठाक चालला होता. चारुलताच्या आयुष्याकडून फारशा अपेक्षा नव्हत्या. दोन वेळचं बऱ्यापैकी जेवण, दिवाळी-गणपतीला नवे कपडे, फारतर महिन्यातून एखादा सिनेमा एवढं मिळालं तरी ती खूश होती. तेवढं तिला मिळत होतं. त्यांना दोन मुलं झाली.

त्याच सुमारास देशात ऑनलाइन बिझनेस लोकप्रिय होऊ लागले होते. आता घरांच्या खरेदी-विक्रीचे व्यवहारसुद्धा ऑनलाइन होऊ लागले. त्यामुळे लोकांना इस्टेट एजंटची फारशी गरज उरली नाही. दिवाकरला मिळणारी कामं हळूहळू कमी होत गेली. नंतर जवळपास थांबलीच.

घरात येणारे पैसे थांबले. आपला इस्टेट एजन्सीचा धंदा बसतो आहे, हे दिवाकरला कळलं तेव्हा त्यानं, झेरॉक्सचं दुकान टाकलं. पण त्यावेळी आजूबाजूला इतकी दुकानं होती, की ते दुकान चाललं नाही. त्यानंतर त्यानं एक बेकरी सुरू केली. तीसुद्धा बंद पडली. दुसरा कुठला धंदा सुरू करायला भांडवलासाठी पैसे उरले नव्हते. म्हणून भांडवलाची गरज नसलेला 'इस्टेट एजन्सी'चा धंदा त्यानं पुन्हा सुरू केला. तो अर्थातच अजिबात चालत नव्हता. घरात पैसे येणं जवळजवळ बंदच होतं. पैसे कमवण्यासाठी मेहनत करणंही दिवाकरने आता बंद केलं होतं. तो फक्त मोठी स्वप्नं पहायचा. मोठमोठ्या बाता मारायचा. चारुलताला याचंच सर्वांत जास्त दुःख होतं. पुढचं आयुष्य कसं काढायचं, हे तेव्हा समजत नव्हतं. ती एका तणावाखाली वावरत होती.

''कसला विचार करते आहेस चारू डिअर?'' तिच्यासमोर उभा राहून दिवाकर विचारत होता. त्याची अंघोळ झाली होती. तो केस पुसत बाहेर आला होता. चारुलताने त्याला काही उत्तर दिलं नाही. चारुलता सावकाश उठली. स्वयंपाकघरात गेली. तिनं दिवाकरसाठी चपात्या लाटायला सुरुवात केली. दुसऱ्या गॅसवर भाजी गरम करायला ठेवली. दिवाकर कपडे घालून तयार झाला. चारुलताने त्याच्यासमोर चपाती-भाजी ठेवली. दिवाकरने खायला सुरुवात केली. दोन घास खाल्ल्यानंतर तो थांबला आणि काहीतरी आठवल्यासारखं म्हणाला, ''चारू आज रात्री पुन्हा तो परब यायची शक्यता आहे.''

ते ऐकून चारुलता थिजल्यासारखी उभी राहिली. नंतर काही वेळाने म्हणाली, ''पण तू त्याचे पैसे परत दिले आहेस ना?''

''परत देणार होतो. एका कामाचे पैसे मिळाले होते ते त्याला देणार होतो; पण त्याचवेळी त्याचे वडील आजारी पडले म्हणून तो कोकणात गेला.'' दिवाकर खाता खाताच म्हणाला.

परबकडून दिवाकरने व्याजाने कर्जाऊ रक्कम घेतली होती. कर्ज फेडायची मुदत उलटून गेली तरी दिवाकरने त्याचे पैसे परत केले नव्हते. नंतर दिवाकर त्याला टाळू

लागला. दिवाकर बाहेर भेटत नाही, हे कळल्यावर परब एक दिवस रात्री दहाच्या सुमाराला सरळ त्यांच्या घरी आला. सुदैवाने त्या दिवशी दिवाकर घरीच होता. परब प्रचंड चिडलेला होता. तो दिवाकरकडे ताबडतोब पैसे मागत होता. दिवाकरकडे पैसे नव्हते. तो परबची समजूत काढायचा प्रयत्न करत होता; पण परब ऐकत नव्हता. त्याचा आवज एकदम चढला. शेजारच्या घरातून माणसं डोकावून गेली. मुलंही भेदरल्यासारखी झाली. दिवाकर विनंत्या करत होता. मुदत वाढवून मागत होता, पण परब काहीही ऐकायला तयार नव्हता. अजून थोडावेळ असाच गेला तर कदाचित परब दिवाकरवर हात उगारेल, असं चारुलताला वाटलं. तिनं सगळं धाडस गोळा केलं आणि ती स्वयंपाकघरातून बाहेरच्या खोलीत आली.

दिवाकरचं तिच्याकडे लक्ष गेलं. त्यानं तिला ताबडतोब पुढे बोलावलं,

''परबसाहेब ही माझी बायको चारुलता.'' दिवाकरने तिची परबबरोबर ओळख करून दिली. तिने हात जोडून नमस्कार केला. परबने तिला उलट नमस्कार केला.

''मी परबसाहेबांकडून थोडे पैसे घेतले आहेत... ते त्यांना पुढच्या आठवड्यात परत करतो आहे,'' दिवाकर म्हणाला.

''हे तू मला गेले सहा महिने सांगतोयस,'' परबचा आवाज चढलेलाच होता.

''आता मी चारूसमोर सांगतोय ना... तिच्यासमोर सांगितलं म्हणजे मला द्यावेच लागतील साहेब... नाहीतर तुमच्यापेक्षा जास्त ती माझ्यामागे लागेल.'' दिवाकर म्हणाला.

''वैनी, तुम्हीच सांगा... दोन महिन्याच्या बोलीवर यानं पैसे घेतले होते... आज वर्ष उलटून गेलं आहे. ना व्याज दिलं ना मुद्दल दिलं... तुम्हीच सांगा मी काय करू?'' परब चारुलताकडे पाहत बोलला. त्याचा आवाज आता थोडा शांत झाल्यासारखा वाटला.

''चारू, तूच साहेबाना सांग की पुढच्या आठवड्यात मी नक्की पैसे देतो.'' दिवाकर चारुलताकडे पाहत म्हणाला.

''परबसाहेब, मी दिवाकरना आठवण करून देईन,'' चारुलता म्हणाली. तिच्या आवजातलं दडपण स्पष्ट जाणवत होतं.

''तुमच्यावर मी विश्वास ठेवतो वैनी... पण आता मलासुद्धा पैशाची गरज आहे... दिवाकरला पुढच्या आठवड्यात कुठल्याही कंडिशनमध्ये पैसे द्यायला लावा.'' त्याचा आवाज आता बराच शांत झाला होता.

''देतो बोललो म्हणजे देतो... माझ्यावर विश्वास नाही काय साहेब?'' दिवाकरने परबला उलट विचारलं.

परबने दिवाकरकडे जळजळीत नजरेने रोखून बघितलं, ''देशील तर बर होईल... सगळं गोडीगुलाबीत मिटल... नाही तर उगाचच राडा होईल,'' एवढंच

बोलला आणि निघून गेला.

चारुलता काही क्षण शरीरातलं सगळं त्राण गेल्यासारखी स्तब्ध उभी राहिली. आपला चेहरा, हात, सगळं शरीरच घामाने थबथबल्याचं तिला जाणवलं.

''उगीच येऊन नाटकं करून गेला,'' परब गेलेल्या दिशेकडे तुच्छतेने पाहत दिवाकर म्हणाला.

''तू त्याचे घेतलेले पैसे त्याला परत करायला नकोस?'' स्वत:वर ताबा ठेवायचा प्रयत्न करत चारुलतानं विचारलं.

''पैसे मी परत करणारच आहे... होतो कधी थोडा वेळ.'' असं म्हणत दिवाकर खोलीबाहेर व्हरांड्यात गेला.

शेजारचे देशमुख व्हरांड्यातच उभे होते.

''काय देशमुख जेवण झालं काय?'' दिवाकरने त्यांना विचारलं.

''मघाशीच!'' देशमुखांनी उत्तर दिलं. ''कोण होता हो तो?'' त्यांनी पुढे विचारलं.

''होता एक जुना मित्र.'' दिवाकरने उत्तर दिलं.

''किती जोरजोरात बोलत होता हो,'' देशमुख म्हणाले.

''गावाकडची माणसं... त्यांना सवयच असते मोठ्यानं बोलायची,'' असं सांगत दिवाकर आत आला.

त्यानं घराचा दरवाजा बंद केला.

चारुलता अजूनही स्वत:वर ताबा ठेवायचा प्रयत्न करत होती. ती सावकाश आत स्वयंपाकघरात जायला वळली. मुलांच्या भागावर लावलेला पडदा तिनं बाजूला केला. मुलं समोर पुस्तक ठेवून एकमेकांजवळ बसली होती. चारुलता त्यांच्या जवळ जाऊन बसली, तशी ती दोन्ही मुलं तिला घट्ट बिलगली. मुलं भेदरली आहेत, हे तिला जाणवलं. ती त्या दोघांना जवळ घेऊन थोपटत राहिली.

''ते काका कोण होते गं?'' रागिणीने विचारलं.

''पप्पांचे जुने मित्र आहेत... चला उशीर झाला आहे... तुम्ही आता झोपा बघू.'' असं म्हणत तिने मुलांसमोरची पुस्तकं उचलून त्यांच्या बॅगेत ठेवली. पडदा ओढून घेतला. मुलांच्या अंगावर पांघरूण घातलं आणि त्यांना थोपटून झोपवू लागली. मुलं बराच वेळ जागीच होती....

आणि आता पुन्हा परब येणार, म्हटल्यावर चारू थिजल्यासारखी झाली.

''तू म्हणाला होतास, तुला एका कामाचे पैसे मिळाले व ते तू परबला दिलेस,'' चारुलताने विचारलं.

''आले की देतो असं म्हणालो होतो,'' दिवाकरने स्पष्टीकरण दिलं.

''पैसे आलेच नाहीत?'' चारुलताने विचारलं.

''पैसे आले होते... पण दोन हजारच आले होते... त्याने परबचं काही भागणार नव्हतं.''

चारुलता काही क्षण शांत राहिली

''पण तू म्हणाला होतास, की चाळीस हजार आले.''

''चाळीस येणार होते, दोनच आले.'' दिवाकर म्हणाला.

''ते दोन हजार कुठे आहेत?'' चारुलताने विचारलं.

''काही क्लायंट्स ना पार्टीला घेऊन गेलो, होतो तेव्हा खर्च झाले.'' दिवाकर नेहमीच्याच सहजतेने म्हणाला.

''क्लायंट्स? पार्टी? अरे आपली परिस्थिती आहे का पार्टी देण्याची?'' चारूला त्याच्या या वागण्याचं आश्चर्य वाटलं.

''बिझनेससाठी अशा पार्ट्या द्याव्या लागतात चारू. ती एक प्रकारची इन्व्हेस्टमेंटच असते... मला एक चपाती वाढ.'' दिवाकरने सांगितलं.

चारुलताने त्याच्या ताटात एक चपाती वाढली.

''पण मग हा परब इतके दिवस शांत कसा बसला होता?'' तिने त्याच्याकडे पाहत विचारलं.

''अगं, त्याच्या वडिलांना ॲटॅक आला. ॲडमिट करावं लागलं त्यांना म्हणून परब गावी गेला. वडील हॉस्पिटलमध्ये होते त्यांच्याबरोबर राहिला. चार दिवसांपूर्वी ते गेले.... म्हणून हा काल परत आला आहे.'' दिवाकर म्हणाला.

''तू कसला विचार करते आहेस? तो आला तर काय करायचं, ते मी बघून घेईन. तू घाबरू नकोस,'' दिवाकर सांगत होता.

''मी घाबरते दिवाकर. मागच्यावेळी तो घरातून जाईपर्यंत जिवात जीव नव्हता माझ्या.'' तिच्या आवाजात भीती होती.

''तुला घाबरायचं काहीच कारण नव्हतं. मी घाबरलो होतो का? तो काही न करता निघून जाणार, हे मला माहीत होतं,'' दिवाकर म्हणाला.

''दुसऱ्या दिवशी शेजारच्या सगळ्या बायका विचित्र नजरेनं बघत होत्या. मला घराबाहेर पडणं नकोसं झालं होतं.''

''त्यांचा कसला विचार करतेस? यांची सगळी लक्तरं मला माहीत आहेत.''

चारुलता थोडावेळ शांत राहिली. मग सावकाश म्हणाली, ''मुलं कळत्या वयात आली आहेत दिवाकर, भांबावून गेली होती ती त्या दिवशी! या गोष्टींचा त्यांच्या मनावर खोल परिणाम होऊ शकतो.''

''मुलांनी हे सगळं पाहायलाच पाहिजे... तरच ती पुढे त्यांच्या आयुष्यात टफ होतील.'' दिवाकर नेहमीच्याच सहजतेने म्हणाला.

आता शांत राहणं चारुलताला अवघड होऊ लागलं.

ती म्हणाली, "काय काय बघायचं रे मुलांनी? प्रत्येक वेळी शाळेतून तगादा लागल्यावरच आपण कसेबसे फीचे पैसे भरतो. आपल्या शाळेच्या युनिफॉर्मखेरीज त्यांना दुसरे कपडे नाहीत. आपल्या वडिलांनी कर्ज न फेडल्यामुळे त्याला मारहाण करायला रात्री-अपरात्री माणसं येतात,काय काय बघायचं त्यांनी?"

"मला तो परब मारणार नव्हता... तो... तोच काय कुणीही माझ्या अंगाला हात लावू शकत नाही समजलं?" दिवाकरचा आवाज आता कडक झाला होता. "या घरात कधी मला चार घास सुखाने खायला मिळणार नाहीत," असं म्हणत तो उठला व हात धुऊन घराबाहेर पडला.

चारुलता स्तब्ध झाल्यासारखी तो गेलेल्या दिशेकडे पाहत राहिली.

हा चिडून गेला म्हणजे कदाचित आता आपला फोन उचलणार नाही, अशी भीती तिला वाटली. ती बराच वेळ शांतपणे खुर्चीवर बसून राहिली. मग सावकाश उठून तिने दरवाजा बंद केला. दोरीवरचा टॉवेल घेऊन अंघोळीसाठी बाथरूममध्ये गेली. तिने अंघोळ केली. साडी नेसून ती बाहेरच्या खोलीतल्या गोदरेजच्या कपाटाला लावलेल्या आरशासमोर केस पुसायला उभी राहिली. तिचे केस कमरेच्या खाली येत होते. तिच्या आईला चारुलताच्या लांब आणि मुलायम केसांचं भारी कौतुक होतं. आठवड्यातून एकदा तरी तिची आई तिच्या केसांना तेल लावायची. आईच्या आठवणीने तिच्या चेहऱ्यावर स्मित उमटलं. हसताना तिच्या डाव्या गालावर अस्पष्ट खळी पडे. समोरच्या आरशात तिने स्वत:कडे निरखून पाहिलं. खळी अजूनही पडत होती; पण अलीकडे तिचं हसणंच कमी झालं होतं. सततच्या काळजीने डोळ्यांखाली किंचित काळी वर्तुळं येऊ लागली होती. पण गाल अजूनही तांबूस गोरे होते. दोन बाळंतपणांनंतर पोटावर वळी आली होती; पण त्यामुळे तिचा बांधा थोडा अधिक आकर्षक झाला होता. वेणी घालायचा उत्साह तिच्यात नव्हता. तिने केस अंबाड्यासारखे बांधले. कुंकू लावलं. मग घड्याळात बघितलं. साडेबारा वाजत होते. तिने मोबाइल उचलला. दिवाकरला फोन लावला. त्यानं लाइटबिल भरलं का, हे विचारायचं होतं. भरलं नसेल तर पुन्हा एकदा आठवण करून देणं भाग होतं. दिवाकरने फोन उचलला नाही. लाइटबिल भरायच्या रांगेत उभा असेल किंवा आता त्याचाच नंबर आला असेल, आणि तो पैसे जमा करत असेल. काम झालं, की फोन करेल. चारुलताने स्वत:ची समजूत घातली. ती खुर्चीवर बसून राहिली. पंधरा-वीस मिनिटं झाली तरीही त्याचा फोन आला नाही. चारुलताची अस्वस्थता वाढू लागली होती. ती खुर्चीवर तशीच बसून राहिली. अर्धा तास झाला तरीही त्याचा फोन आला नाही. तिने पुन्हा एकदा फोन लावला. या वेळीसुद्धा दिवाकरने फोन उचलला नाही. मग तिने सलग चार-पाच वेळा फोन लावला. पण त्यानं एकदाही उचलला नाही. मग ती शांतपणे खुर्चीवर बसून राहिली. तशाच अवस्थेत तासभर निघून गेला असावा.

तिला भूक लागली होती, पण काही खायची इच्छा होत नव्हती. तिने पुन्हा एकदा दिवाकरला फोन लावला. या वेळी त्यानं फोन उचलला.

"काय गं? काय ते लवकर बोल." प्रचंड गडबडीत असल्यासारखा तो म्हणाला.

"तू लाइटबिल भरलंस का?" चारुलताने विचारलं.

"अगं, पटेलबरोबर मीटिंग सुरू होती. ते कर्जतच्या प्लॉटचं डील होतंय." दिवाकर म्हणाला.

"तू लाइटबिल भरलंस का?" चारुलताने पुन्हा तोच प्रश्न विचारला.

"तेच सांगतोय ना, एवढी महत्त्वाची मीटिंग चालू होती. त्यामध्ये बिल कुठे भरत बसू?" दिवाकरचा आवाज आता त्रासिक झाला होता.

"अरे, पण ते लाइटवाले येऊन आता कनेक्शन तोडतील ना!" चारुलताचा आवाज धास्तावलेला होता.

"आजच्या आज कुणी कनेक्शन तोडत नाही," दिवाकर त्याच्या नेहमीच्या सहजतेने म्हणाला.

"ते लोक आता येतीलच. त्यांच्याशी बोलायला तू येतो आहेस ना?" चारुलताने विचारलं.

"हो. येतोच तासाभरात," असं म्हणून दिवाकरने फोन कट केला.

चारुलता कॉटवर बसली. तिने हातातला फोन बाजूला ठेवला. काहीवेळ तसाच निघून गेला. अचानक दरवाजावरची बेल वाजली. वीज कंपनीची माणसं आली असावीत. तिच्या शरीरातून भीतीची एक लाट निघून गेली. दरवाजा उघडण्याचं तिचं धाडस होत नव्हतं. काहीक्षण गेले आणि पुन्हा एकदा बेल वाजली. आता नाइलाज होता. अंगातलं सगळं धाडस गोळा करून चारुलता उठली. तिने दरवाजा उघडला. दारात वसंत उभा होता.

"मामी, अशी काय उभी आहेस?" वसंतनं विचारलं.

चारुलतानं स्वत:ला सावरलं. "अरे वसंत तू? ये ना आत ये," असं म्हणत ती दरवाजातून बाजूला झाली.

वसंत आत येऊन खुर्चीवर बसला. चारुलताने दरवाजा लावून घेतला.

"तू कुणाची वाट पाहत होतीस का?" वसंतने विचारलं.

"नाही रे! तू बस ना. पाणी आणते." असं म्हणून चारुलता पाणी आणायला आत गेली.

वसंत, कधी या बाजूला आलो म्हणून सहज, तर बऱ्याच वेळा मुद्दामच वेळ काढून दिवाकर आणि चारुलताला भेटायला नेहमी त्यांच्याकडे यायचा. त्याच्याशी गप्पा मारायला चारुलता आणि दिवाकर दोघांनाही आवडे. आशुतोष आणि रागिणी

सुद्धा तो आला, की खूश असत. त्यांना तो कधी गमतीच्या गोष्टी सांगे तर कधी त्यांच्या अभ्यासातल्या शंका सोडवून देई. मुले त्याला संध्याकाळी जेवणासाठी थांबायचा आग्रह करायची. मग तो मुलांबरोबरच जेवत असे. मुले झोपली, की घरकाम करता करता चारुलता वसंतशी छोट्या-मोठ्या घरगुती गोष्टी बोलायची. तोपर्यंत दिवाकर बाहेरून येई. दिवाकरसुद्धा वसंतबरोबर बोलत बसायचा. बोलता बोलता उशीर झाला तर मग वसंत श्रीधरला फोन करून दिवाकर मामाकडेच झोपतो आहे, असं कळवायचा आणि रात्री तिथेच झोपायचा. सकाळी तिथूनच तो आपल्या कामाला जायचा.

चारुलता पाण्याचा ग्लास घेऊन आली.

''पाणी घे,'' म्हणत तिने तो ग्लास वसंतसमोर धरला. वसंतने ग्लास घेतला. चारुलता त्याच्यासमोर खुर्चीवर बसली.

''तू जेवणार आहेस का?'' चारुलताने विचारलं.

''नाही, मी जेवून आलो आहे,'' वसंतने सांगितलं. तो काही क्षण चारुलताकडे पाहत राहिला. ''तू आजारी आहेस का मामी?'' त्यानं एकदम विचारलं.

''नाही रे, मला काय झालंय?'' चारुलता म्हणाली.

''तू कसल्यातरी मोठ्या टेन्शनमध्ये असल्यासारखी दिसते आहेस,'' वसंतच्या आवाजात थोडी काळजी होती.

''तसं काही नाही रे!'' चारुलता संथपणे म्हणाली.

तेवढ्यात दाराबाहेर मुलांचा आवाज आला. पाठोपाठ बेल वाजली. वसंतनेच उठून दरवाजा उघडला. आशुतोष आणि रागिणी आत आले. वसंतला बघून दोघांनाही आनंद झाला.

''दादा, आजच्या खो-खोच्या मॅचमध्ये मी चार गडी बाद केले,'' आशुतोष सांगू लागला.

''तुम्ही आधी हात-पाय धुऊन घ्या. तोपर्यंत मी चहा करते,'' चारुलताने सांगितलं.

मुलं हात-पाय धुण्यासाठी बाथरूममध्ये गेली. चारुलता उठून चहा करण्यासाठी स्वयंपाकघरात गेली.

''दिवाकरमामा कसा आहे?'' तिच्या मागोमाग किचनमध्ये येत वसंतने विचारलं.

''ठीक आहे; येईलच इतक्यात,'' चारुलता म्हणाली.

''आत्ता? आज इतक्या लवकर कसा? काही विशेष?'' वसंतने विचारलं.

''काही गोष्टी तोच सांभाळू शकतो बाबा. मला नाही जमणार,'' चारुलता म्हणाली.

यावर वसंत काही बोलणार होता; पण तोपर्यंत रागिणीचे हात-पाय धुऊन झाले

होते. ती बाथरूमच्या बाहेर आली. तिने वसंतचा हात धरला आणि काहीतरी सांगण्यासाठी ती त्याला बाहेरच्या खोलीत घेऊन गेली.

तेवढ्यात दारावरची बेल वाजली.

''आलाच बघ दिवाकर,'' असं म्हणत चारुलता बाहेर आली. तिने दरवाजा उघडला आणि ती एकदम थिजल्यासारखी उभी राहिली. दरवाजाबाहेर वीज कंपनीचे तेच दोन इलेक्ट्रिशियन होते.

''नमस्कार मॅडम,'' त्यांच्यापैकी एकजण म्हणाला.

चारुलता काहीही न बोलता फक्त पाहत राहिली.

''मॅडम, तुम्ही मागितलेल्या मुदतीचा आज शेवटचा दिवस होता. तुम्ही आजही पैसे भरले नाहीत,'' तो पुढे म्हणाला.

चारुलता फक्त पाहत राहिली.

''मॅडम, आज आम्हाला कनेक्शन कापावंच लागेल,'' तोच माणूस पुढे बोलला.

चारुलता काही न बोलता त्याच्याकडे पाहत उभी राहिली. तो माणूस कनेक्शन कापण्यासाठी दरवाजाच्या बाजूला लावलेल्या मीटरवरचं झाकण उघडू लागला. त्याचवेळी बाहेर गडबड ऐकून वसंत दरवाजाकडे आला. चारुलता तशीच स्तब्ध उभी होती. वसंतने तिच्याकडे पाहिलं. ती तशीच उभी राहिली. वसंतने त्या इलेक्ट्रिशिअनला काय प्रकार आहे, ते विचारलं. इलेक्ट्रिशिअनने वसंतला बिलांच्या थकबाकीबद्दल सगळं सांगितलं.

त्यांनतर तो म्हणाला, ''आम्हाला मागच्या आठवड्यातच लाइट कापायची ऑर्डर होती; पण मॅडम म्हणाल्या आठ दिवसांत बिलं भरतो म्हणून आम्ही परत गेलो. आमच्या जबाबदारीवर आम्ही मुदत वाढवून दिली, पण आज ती सुद्धा संपली. अजूनही मॅडमनी एक पैसा जमा केलेला नाही.''

त्यावर दुसरा माणूस म्हणाला, ''तुम्ही आलात ते बरं झालं. मॅडम काही बोलायला पण तयार नाहीत. आता आम्ही कनेक्शन कापून जाऊ. पैसे भरले की परत सुरू करता येईल.''

बोलता बोलता त्यानं मीटरवरचं झाकण उघडलं.

''तुमची काहीतरी चूक होत असेल. तुम्ही मुदत वाढवून दिल्यावरसुद्धा यांनी पैसे भरले नाहीत, असं होणार नाही. तुम्ही पुन्हा एकदा तपासून बघा. पैसे भरलेले असणार,'' वसंत म्हणाला.

''अरे, नाही भरले पैसे,'' चारुलता म्हणाली. ती आता थोडी सावरल्यासारखी वाटत होती. ''दिवाकर आज बिल भरतो म्हणून सांगून गेले होते; पण त्यांनी भरले नाहीत.''

"असं कसं करेल तो? तू त्याला फोन लाव." वसंतने सांगितलं.

चारुलताने फोन लावला. बराच वेळ फोन वाजत राहिला. दिवाकरने फोन उचलला नाही. काही वेळ वाट पाहून वसंतने चारुलताला पुन्हा फोन करायला सांगितला. काहीवेळ फोन वाजत राहिला. या वेळी सुद्धा दिवाकरने फोन उचलला नाही.

"आता तू लाव. उचलेल तो." चारुलताने शांतपणे वसंतला सांगितलं.

वसंतने चारुलताकडे आश्चर्याने पाहिलं आणि स्वत:च्या मोबाइलवरून दिवाकरला फोन लावला. दिवाकरने ताबडतोब फोन उचलला. वसंतला थोडं आश्चर्य वाटलं.

"मामा, मी तुझ्या घरी आहे. तू आता कुठे आहेस?" वसंतने विचारलं

"मी एका पार्टीबरोबर कर्जतला चाललो आहे," दिवाकरने उत्तर दिलं.

"तुझ्या घरी लाइटचं कनेक्शन कापायला माणसं आली आहेत. तू आज बिल भरलं असशील ना, त्याच्या रिसीट्चा फोटो व्हाट्सॲपवर पाठव." वसंतने सांगितलं.

"अरे! ही माणसं आजच आली काय..." दिवाकर उद्गारला. "अरे, मी आज जरा कामात होतो, त्यामुळे मी बिल भरू शकलो नाही. तू तिथे आहेस ते बरं झालं. जरा संभाळून घे. मी जरा महत्त्वाचं डील करतो आहे बोलतो नंतर," असं म्हणून त्यानं फोन ठेवला.

वसंतने चारुलताकडे बघितलं. ती शांतपणे उभी होती. तिचा चेहरा निर्विकार दिसत होता.

"घराचे मालक आज बाहेरगावी गेले आहेत. ते उद्या सकाळी येतील. उद्याच सगळी बिलं भरून टाकतील. तुम्ही उद्या दुपारपर्यंत थांबू शकाल का?" वसंतने त्या इलेक्ट्रिशिअन्सना विचारलं.

"नाही जमणार साहेब! यांनी सहा महिन्यांपासून पैसे भरलेले नाहीत. आतापर्यंत आम्हीच तीन वेळा येऊन गेलो. मागच्या हप्त्यातच तोडायचं होतं; पण मॅडम म्हणाल्या म्हणून थांबलो," त्यांच्यापैकी एकजण म्हणाला.

"मुलांच्या परीक्षा आल्या आहेत. आता जर लाइट गेले तर त्यांच्या अभ्यासाचं अवघड होईल," वसंत म्हणाला.

"ते खरं आहे साहेब, पण आज जर आम्ही कनेक्शन तोडलं नाही, तर आमचे साहेब ऐकून घेणार नाहीत," त्यांच्यापैकी एकजण म्हणाला.

काही क्षण तिथे शांतता पसरली.

त्यानंतर दुसरा इलेक्ट्रिशियन म्हणाला, "साहेब, एकच गोष्ट करता येईल. आज संध्याकाळी पाचवाजेपर्यंत तुम्ही आमच्याकडे पैसे द्या. आम्ही तुम्हाला कच्ची रिसीट् देतो. त्याची कॉपी आमच्या साहेबांना दाखवतो."

"ठीक आहे. तुम्ही संध्याकाळी पाच वाजेपर्यंत या," वसंत म्हणाला.

इलेक्ट्रिशिअन्स जाण्यासाठी वळले.

"नको. तुम्ही आत्ताच लाइट तोडून जा," चारुलता म्हणाली. तिचा आवाज थंड होता.

"असं काय बोलते आहेस मामी?" वसंतने आश्चर्यानं विचारलं.

"दिवाकर येणार नाही. पाच वाजेपर्यंत पैसे कुठून आणणार आहोत आपण? ते आल्यानंतर पुन्हा मलाच विनवण्या कराव्या लागणार आहेत. त्यापेक्षा हे आत्ताच संपलेलं बरं," चारुलता म्हणाली.

वसंतने क्षणभर विचार केला. मग इलेक्ट्रिशियन्सकडे वळून तो म्हणाला, "तुम्ही संध्याकाळी या... आम्ही काहीतरी व्यवस्था करतो."

"ठीक आहे साहेब! लहान मुलांच्या घरातले लाइट कापायला आम्हाला सुद्धा बरं नाही वाटत," त्यांच्यापैकी एकजण जाण्यासाठी वळताना म्हणाला.

ते निघून गेले. चारुलता आत येऊन खुर्चीवर बसली. वसंत स्वत:च्याच विचारात गढल्यासारखा उभा राहिला. इतका वेळ पडद्याआड उभी असलेली मुलं चारुलताजवळ आली.

काही क्षण शांततेत गेले.

"किती पैसे भरायचे आहेत?" वसंतने विचारलं.

"सहा हजार," चारुलताने उत्तर दिलं.

"मी पाहतो काही सोय होऊ शकते का?" वसंत चारुलताकडे पाहत म्हणाला. चारुलताने त्याच्याकडे पाहिलं. वसंतला तिच्या डोळ्यांत पाणी तरळत असल्यासारखं वाटलं. तो घराबाहेर निघून गेला.

यशवंत

रोजच्या सवयीप्रमाणे बरोबर सकाळी सहा वाजता यशवंत जगतापला जाग आली. त्यानं हात लांब करून शेजारच्या टेबलवरचा मोबाइल उचलला. स्क्रीनवर पाहिलं. काही मिस्ड कॉल्स होते. एक राज्याच्या गृहमंत्र्यांचा होता. दोन फोन एका मोठ्या बिल्डरचे होते व एक मीनाचा होता. 'वेळ मिळाल्यावर रिटर्न कॉल करू,' असा विचार करून त्यानं व्हॉट्सअॅप स्क्रीन उघडला. गृहमंत्र्यांचा, 'शक्य तितक्या लवकर फोन करा,' असा मेसेज होता. आणखी तीन-चार मेसेजेस होते. यशवंतने मीनाचा नंबर डायल केला. ती यावेळी तिच्या घराच्या बाल्कनीत बसून चहा घेत असणार, हे यशवंतला माहीत होतं. मीनाने फोन उचलला.

"गुड मॉर्निंग मीना," यशवंत म्हणाला.

"गुड मॉर्निंग. काल रात्री फोन नाही केलास?" मीनाने विचारलं.

"रात्री माझी मीटिंग संपली तेव्हा खूपच उशीर झाला होता," यशवंत म्हणाला.

"आज संध्याकाळी भेटूया?" मीनाने विचारलं.

"हो. जमेल. आज संध्यकाळी कुठलं विशेष महत्त्वाचं काम नाही. मी दुपारी फोन करून कन्फर्म करतो," यशवंत म्हणाला.

"श्युअर! हॅव अ नाईस डे! संध्याकाळी बोलू," मीना म्हणाली.

"येस!" असं म्हणून यशवंतने फोन बंद केला.

त्यानं फोन बाजूला ठेवला. तो बेडवरून खाली उतरला. त्यानं खिडकीवरचा पडदा उघडला. भिंतीच्या जागी संपूर्ण काच बसवली होती.

यशवंतने खिडकीतून बाहेर बघितलं. आजूबाजूला काही उंच इमारती उभ्या राहिल्या होत्या व बऱ्याच उभ्या राहत होत्या. त्याचं लक्ष तिथून थोड्या अंतरावर उभ्या राहत असलेल्या टॉवरकडे गेलं. काही दिवसांपूर्वी या टॉवरचं काम मध्येच बंद पडलं होतं. बिल्डरला पैसे कमी पडत होते. यशवंतने आर्थिक मदत मिळवून द्यावी, अशी विनंती करायला तो आला होता. यशवंतने 'डायमंड कन्स्ट्रक्शन्स' या शहरातल्या एका सर्वांत मोठ्या कन्स्ट्रक्शन्स कंपनीशी बोलून त्याला आवश्यक ती आर्थिक मदत मिळवून दिली. त्या बदल्यात 'डायमंड कन्स्ट्रक्शन्स'ने त्या टॉवरच्या प्रोजेक्टमध्ये भागीदारी घेतली. दुसऱ्या दिवसापासून काम सुरू झालं होतं. आता तो टॉवर बराच वर आला होता. त्यानं त्या टॉवरकडे समाधानाने पाहिलं. व्यायामशाळेत जाण्याकरता तयार होण्यासाठी तो बाथरूममध्ये शिरला.

त्या बंगल्याच्या सर्वांत वरच्या मजल्यावर यशवंतने एक अत्यंत सुसज्ज व्यायामशाळा बांधून घेतली होती. व्यायामाची सर्वांत अद्ययावत सामग्री तिथे व्यवस्थित लावली होती. भिंतींवर मोठे आरसे होते. वजनं जमिनीवर पडल्यावरसुद्धा आवाज होऊ नये, तसेच फ्लोअरिंग खराब होऊ नये, म्हणून जमिनीवर 'शॉक ॲब्सॉर्बन्ट' कार्पेट टाकलं होतं. एका कोपऱ्यात एक मातीचा हौदा बनवून त्यामध्ये मल्लखांब उभा केला होता. रोजच्या रोज व्यवस्थित तेल लावून मल्लखांबाची चांगली निगा राखली होती. हौदामध्ये लाल माती योग्य त्या प्रमाणात भरली होती. तरीही त्या अत्याधुनिक व्यायामशाळेमध्ये तो हौदा आणि मल्लखांब थोडे विसंगत वाटत होते. व्यायामशाळेच्या बाहेर एक मध्यम आकाराचा स्विमिंग पूल होता. सकाळच्या कोवळ्या उन्हात स्विमिंग पूलमधलं निळं पाणी प्रसन्नपणे चमकत होतं.

यशवंत व्यायामशाळेत शिरला, तेव्हा साडेसहा वाजत होते.

व्यायामशाळेच्या दरवाजातच व्यायाम प्रशिक्षक आणि त्याच्याबरोबर यशवंतचा सहायक तावडे यशवंतची वाट पाहत उभा होता. यशवंतने जोर मारायला सुरुवात केली. त्यानंतर वेगवेगळ्या मसल्ससाठी वजन उचलण्याचे व्यायाम केले. यशवंत या सर्व व्यायामप्रकारांत अतिशय कुशल आणि सरावलेला होता. व्यायाम प्रशिक्षकाला यशवंतने वजन बाजूला ठेवल्यावर ते उचलून रॅकवर ठेवण्यापलीकडे फारसं काम नव्हतं. तासाभरानं जेव्हा यशवंतचा व्यायाम संपला, तेव्हा त्या एअरकंडिशन्ड जिममध्येसुद्धा तो घामाने भिजून गेला होता. तावडेने पांढरा शुभ्र टॉवेल त्याच्या हातात दिला. अंग व्यवस्थित पुसून यशवंतने तो त्याला परत दिला.

जिमच्या डाव्या बाजूचा दरवाजा उघडला, की एक प्रशस्त चेंजिंग रूम होती. त्याला लागून स्टीमबाथसाठी स्टीमरूम होती. त्याच्याशेजारी बाथरूम होती. यशवंत चेंजिंगरूममध्ये आला. त्यानं जिमचे कपडे काढून कमरेभोवती फक्त एक टॉवेल गुंडाळला. समोरच्या आरशात काही क्षण स्वत:च्या शरीराकडे पाहिलं. वर्षानुवर्षांच्या

नियमित व्यायामामुळे इतक्या तणावाच्या आयुष्यात असूनही त्याचं शरीर पिळदार होतं. तोपर्यंत तावडेने स्टीमरूममध्ये योग्य ते तापमान अॅडजस्ट केलं होतं. यशवंत स्टीमरूममध्ये शिरला, त्याबरोबर तावडे खालच्या मजल्यावरच्या यशवंतच्या खोलीमध्ये गेला. यशवंतच्या वॉर्डरोबमधून त्याचे आज घालायचे कपडे आणि बूट घेऊन तो चेंजिंगरूममध्ये आला. त्यानं ते कपडे व बूट चेंजिंगरूममध्ये व्यवस्थित लावून ठेवले आणि बाहेर येऊन तो यशवंतची वाट पाहत उभा राहिला. तयार होऊन यशवंत चेंजिंगरूममधून बाहेर पडला, तेव्हा सव्वाआठ वाजत होते. तो बाहेर येतोय, याची चाहूल लागल्यावर तावडे लिफ्टजवळ गेला. त्यानं लिफ्टचा दरवाजा उघडून ठेवला. लिफ्ट दुसऱ्या मजल्यावर येऊन थांबली. लिफ्टमधून बाहेर पडून उजवीकडे चार पावलं चालल्यावर यशवंतची खोली होती. यशवंत स्वत:ची खोली ओलांडून पुढे आला. त्याच्या खोलीला लागूनच पुढे दुसरी खोली होती. त्या खोलीचा दरवाजासुद्धा बंद होता. यशवंतने दारावर सावकाश थाप मारली आणि दरवाजा उघडून तो आत गेला.

समोरच कॉटवर बसून त्याची आई 'नवनाथ माहात्म्य' वाचत होती. यशवंत तिच्याशेजारी जाऊन बसला. यशवंतला आत आलेलं बघून तिने पोथी बंद केली, कपाळाला लावली आणि बाजूला ठेवून दिली.

"आई, रात्री व्यवस्थित झोप आली का?" यशवंतने विचारलं.

"छान झोपले होते. साडेसहानंतर उठले. अंघोळ केली. पोथी वाचून संपत होती; तेवढ्यात तू आलास," आई म्हणाली.

"आई, तुला समोरच्या गोष्टी स्पष्ट दिसत नाहीत, मग ती पोथी कशी वाचतेस?" यशवंतनं त्या पोथीला हात लावून नमस्कार करत विचारलं.

"अरे इतकी वर्षं वाचते आहे. मला सगळी पाठ आहे. पानावरचं चित्र दिसलं, की तिथं काय लिहिलं आहे ते कळतं," आईने उत्तर दिलं.

ते बोलत असतानाच तावडे एका ट्रेमध्ये त्या दोघांचा नाश्ता घेऊन आला. तावडेने कोपऱ्यातला टीपॉय उचलून त्यांच्यासमोर ठेवला. ट्रेमधून चहाचे दोन कप आणि मस्का लावलेले ब्रुन पाव त्यानं टीपॉयवर ठेवले आणि तो ट्रे घेऊन खोलीच्या बाहेर निघून गेला.

"दोन दिवस भायखळ्याला जाऊन राहावंसं वाटतंय," आई म्हणाली.

"मी व्यवस्था करतो," यशवंत म्हणाला.

आईने समाधानाने मान डोलावली.

यशवंतने चहाचा घोट घेतला आणि पुढे म्हणाला, "आई तिथे आता आपल्या ओळखीचं कुणीतरी आहे का?"

"माझ्या आयुष्यातली पन्नास वर्षं तिकडे गेली आहेत. तिथे गेलं, की जरा बरं

वाटतं,'' आई म्हणाली.

''तो भाग आता पूर्ण बदलला आहे...'' यशवंत म्हणाला.

''हो रे! आपली चाळ पडून त्याच जागी उंचच्या उंच टॉवर उभा झाला आहे...'' त्याला थांबवत आई म्हणाली, ''पण त्या टॉवरमध्येच माझ्यासाठीच तू घेतलेल्या फ्लॅटमध्ये दोन-चार दिवस राहिले, की मला उगीचच आपल्या जुन्या घरात गेल्यासारखं वाटतं.''

यशवंत चहा पित राहिला. त्याला काही दिवसांपासून आईला काहीतरी सांगायचं होतं... पण तो काही न बोलता चहा पित राहिला. आई त्याच्याकडे बघत होती.

''तू ठीक आहेस ना यशवंत?'' अचानक तिने विचारलं.

''हो. मी उत्तम आहे,'' यशवंत म्हणाला.

त्याचा चहा पिऊन झाला होता.

यशवंतने आईकडे पाहिलं. त्याला तिच्या डोळ्यांत काळजी जाणवली. त्यानं तिचा हात हातात घेतला. आईने त्याचा हात हळुवारपणे थोपटला. काही क्षणांनंतर यशवंतने सावकाश आपला हात सोडवून घेतला. ''येतो गं आई,'' असं म्हणत तो उठला व खोलीबाहेर पडला. आई तो गेलेल्या दिशेकडे पाहत राहिली.

यशवंत खोलीबाहेर आला. दरवाजातच यशवंतचे दोन सुरक्षा अधिकारी उभे होते. तावडेने लिफ्टचा दरवाजा उघडून धरला होता. यशवंत लिफ्टमध्ये शिरला. लिफ्ट सुरू झाली. यशवंत लिफ्टमधून पहिल्या मजल्यावर आला. त्याच्या पाठोपाठ ते दोन्ही सुरक्षारक्षक होते. लिफ्टच्या समोरच यशवंतचं खासगी केबिन होतं. तावडेने केबिनचा दरवाजा उघडून धरला. सुरक्षारक्षक दरवाजाच्या बाजूला उभे राहिले. यशवंत केबिनमध्ये शिरल व तावडेने दरवाजा बंद करून घेतला.

ते केबिन प्रशस्त होतं. मागच्या भिंतीपासून थोडंसं अंतर राखून एकच माणूस बसू शकेल, असा आलिशान कोच होता. त्याचं हेडरेस्ट उंच होतं. दोन्ही बाजूंना हॅन्डरेस्ट होते. त्याची रचना काहीशी सिंहासनासारखी होती. त्या सिंहासनासमोर दोन्ही बाजूला चार-चार आरामदायक खुर्च्या होत्या. त्या खुर्च्यांसमोर छोटे टीपॉय होते. यशवंत त्याच्या त्या सिंहासनासारख्या आलिशान खुर्चीवर जाऊन बसला.

भायखळा आणि महंमदअली रोड यांच्यामध्ये जी गल्ली आहे, त्या गल्लीत यशवंतच्या वडिलांचा-तात्यांचा रेडिमेड कपडे विकण्याचा एक लाकडी खोका होता. जागा मोक्याची होती. त्यांच्या खोक्यावर गणपती आणि दिवाळीप्रमाणेच ईद आणि रमजानसाठीसुद्धा लोकांची गर्दी असे. धंदा बऱ्यापैकी चालत होता. तिथूनच भायखळ्याच्या दिशेने थोडं पुढे गेल्यावर एका तीनमजली चाळीत त्यांच्या दोन खोल्या होत्या. तात्या, गोदावरी म्हणजे यशवंतची आई आणि यशवंत या तिघांचं

कुटुंब समाधानात जगत होतं.

यशवंतने शिकून एखाद्या बँकेत किंवा कंपनीत मॅनेजर नाहीतर किमान क्लार्क व्हावं, अशी यशवंतच्या आई आणि तात्यांची इच्छा होती. त्यांनी आपल्या मुलाला आजूबाजूच्या इतर लोकांसारखं म्युन्सिपाल्टीच्या शाळेत न घालता भायखळ्याच्याच पण इंग्रजी माध्यमाच्या शाळेत घातलं होतं. लहान यशवंतला सुद्धा आपण मॅनेजर व्हावं, चांगले कपडे घालावेत आणि उत्तम इंग्रजीत बोलावं असं वाटायचं. तो अभ्यासात बऱ्यापैकी हुशार होता; पण खेळात तो जास्त कुशल होता. तो शाळेच्या खो-खो आणि कबड्डीच्या टीममध्ये होता. मल्लखांबामध्ये त्याला शाळेच्या वार्षिक सामन्यात कायम पहिलं बक्षीस मिळायचं. एकूण यशवंतचं बालपण चांगलं चाललं होतं.

पण तो नववीत गेला त्याच वर्षी म्हणजे एकोणीसशे ब्याण्णवच्या डिसेंबरमध्ये 'बाबरी मशीद' पडली. मुंबईत प्रचंड दंगल उसळली. त्यात एका जमावानं तात्यांचा खोका जाळून खाक केला. दुकानातला सगळा माल भस्मसात झाला. तात्यांचं कंबरडं मोडलं; तरीही स्वत:ला कसंबसं सावरत त्यांनी परत माल भरला. खोका सुरू झाला, पण तितक्यातच त्र्याण्णवच्या मार्चमध्ये मुंबईत एक दिवसात सात ठिकाणी बॉम्बस्फोट झाले. मुंबई हादरून गेली. पुन्हा एकदा दंगल उसळली. या वेळी भर दुपारी लोखंडी रॉड, सुरे आणि रॉकेलचे डबे हातात घेतलेला बेभान जमाव त्यांच्या खोक्यावर चालून आला. त्यांनी तात्यांना खोक्यात कोंडलं. जमावाला तात्यांच्या सकट तो खोका पेटवून द्यायचा होता. खोक्याची एक फळी अर्धवट तुटकी होती. सगळी ताकद लावून तात्यांनी ती पूर्ण तोडली. तिथून स्वत:ची कशीबशी सुटका करून घेऊन ते पळत सुटले व घरी पोहोचले. त्यानंतर कित्येक तास ते थरथरत होते. खोका आतल्या सगळ्या सामानासकट जळून खाक झाला. तात्या खचून गेले. त्यानंतर तो खोका परत कधीच उभा राहू शकला नाही.

दंगल शांत झाली; पण आता त्यांच्या चाळीवरच नव्हे तर संपूर्ण भायखळा आणि महंमदअली रोडवरसुद्धा अवकळा पसरली होती. त्या भागातली सगळी खोकी, छोटी दुकानं आणि लहानसहान धंदे बंद झाले होते. बहुतेक सगळ्यांच्याच घरी दोन वेळच्या जेवणाची भ्रांत होती. दोन-तीन महिने तसेच गेले. यशवंतच्या शाळेचं नवं वर्ष सुरू झालं. त्याची फी भरायला आता तात्यांकडे पैसे नव्हते. तात्यांनी फी भरायची मुदत काही दिवसांनी वाढवून मागितली. शाळेनं मुदत वाढवून दिली. त्या त्या वाढीव मुदतीतसुद्धा तात्यांना फी भरता आली नाही.अशीच मुदतवाढ त्यांनी आणखी दोनदा मागितली. शाळेनं दिली; पण तरीही तात्या पैसे भरू शकले नाहीत. त्यानंतर शाळेनं मुदतवाढ देणं नाकारलं. मग, 'हे वर्ष जाऊ देत, परिस्थिती सुधारली, थोडे पैसे येऊ लागले, की पुढच्या वर्षी परत यशवंतची शाळा सुरू

करू,' असा विचार करत तात्या आणि गोदावरीनी यशवंताला त्यावर्षी शाळेत न पाठवायचा निर्णय घेतला. यशवंत घरीच बसू लागला. त्यावेळी त्याला त्यात काही वावगं वाटलं नाही; कारण आसपासच्या सगळ्याच मुलांची शाळा सुटली होती. सगळेच घरी होते.

मग संसार चालवण्यासाठी तात्यांनी भाजी विकायला सुरुवात केली. पालघर, पनवेल या भागांतून आलेली भाजी ते विकत घ्यायचे आणि मग दादर स्टेशनच्या बाहेर ती विकायला बसायचे. गोदावरीबाईसुद्धा त्यांच्याबरोबर बसायच्या. दिवसभर कष्ट करूनही पुरेसे पैसे मिळत नव्हते. त्याचवेळी भायखळ्याच्या एका हॉटेलमध्ये वेटरचं काम करण्यासाठी मुलं हवी होती. चाळीतली तीन-चार मुलं ते काम मिळतंय का, पाहायला गेली. त्यांच्याबरोबर यशवंतसुद्धा गेला. यशवंताला काम मिळालं. त्याला रोजचं जेवण आणि महिन्याला एकशेवीस रुपये मिळणार होते. आई आणि तात्या घरी आल्यावर यशवंतने आनंदाने त्यांना ती बातमी सांगितली. ते ऐकून तात्या यशवंतकडे पाहत राहिले. नंतर त्यांनी कोनाड्यातून पोथी काढली. एका कोपऱ्यात जाऊन बसले. खाली मान घालून पोथी वाचू लागले. आईने यशवंतला जवळ घेतलं आणि ती खूप वेळ रडत राहिली.

यशवंतला ज्या हॉटेलमध्ये काम मिळालं होतं ते 'नगीना बार ॲन्ड रेस्टोरंट' नावाचं मद्य आणि जेवण देणारं स्वस्त हॉटेल होतं. भायखळा आणि महंमदअली रोड यांना जोडणाऱ्या चौकात ते उभं होतं. त्या भागात दुकाने असलेले छोटे-मोठे दुकानदार आणि टॅक्सी ड्रॉयव्हर्स यांचं ते आवडतं ठिकाण होतं. तिथून जवळच असलेल्या 'नागपाडा' आणि 'कामाठीपुऱ्या'तले गुंडही त्या हॉटेलमध्ये येत असत. या सर्वांमुळे ते हॉटेल नेहमीच भरलेलं असायचं. अण्णा शेट्टी नावाचा कुणीतरी माणूस त्या हॉटेलचा मालक होता. पण अण्णा शेट्टीचे अनेक धंदे असल्यामुळे तो 'नगीना'मध्ये महिन्यातून एकदा केव्हातरी यायचा. याच भागात तो काही देशी दारूचे आणि जुगाराचे अड्डे चालवतो, असं बोललं जायचं. व्यंकट नावाचा शेट्टीचा एक विश्वासू माणूस हॉटेलचा मॅनेजर होता. हॉटेलचे सर्व व्यवहार तोच पाहायचा. गिऱ्हाइकांसाठी हॉटेलच्या वेळा सकाळी अकरा ते तीन आणि संध्याकाळी सहा ते रात्री एक अशा होत्या. अर्थात गिऱ्हाइक त्यांच्या मर्जीप्रमाणे कोणत्याही वेळी येत असे आणि आलेल्या गिऱ्हाइकाला परत पाठवायचं नाही, हे व्यंकटचं ब्रीद होतं.

यशवंतला हॉटेलमध्ये गिऱ्हाइकांच्यावेळी टेबल पुसण्याचं आणि इतरवेळी आचाऱ्यांना चिकन-मटणाचे तुकडे आणि भाज्या कापायला मदत करण्याचं काम दिलं होतं. यशवंत आपलं काम मनापासून आणि प्रामाणिकपणे करत होता. त्यामुळे व्यंकटचं त्याच्याबद्दलचं मत चांगलं झालं होतं. हॉटेलचा मालक शेट्टी एकदा हॉटेलमध्ये आला असताना व्यंकटनं यशवंतला त्याच्यासमोर उभं केलं आणि

'चांगला पोरगा आहे पुढे कामाला येईल,' असं सांगतलं. शेट्टीचंही यशवंताबद्दल बरं मत झालं असावं; कारण प्रत्येकवेळी हॉटेलमध्ये आल्यावर तो यशवंताला बोलवून घेऊन त्याची विचारपूस करायचा.

असाच एकेदिवशी भटारखान्यात मटण साफ करत असताना यशवंताला अचानक तिथे सुधीर दिसला. सुधीर हा यशवंतच्याच शाळेत मराठी माध्यमात होता. त्याच्याच चाळीच्या मागच्या चाळीत राहत होता. त्याचे वडील महंमदअली रोडवरच्या एका दुकानात कामाला होते. दंगलीत ते दुकान जळालं. सुधीरच्या वडिलांची नोकरी गेली. त्या भागातले बहुतेक सगळेच धंदे बंद झाल्यामुळे त्यांना कुठे नोकरी मिळत नव्हती. त्यामुळे सुधीरचीही शाळा अर्धवटच सुटली होती. आता तो एका छोट्या वाण्याच्या दुकानात काम करत होता. हा वाणी 'नगीना'ला अंडी, पाव, शेंगदाणे, चिवडा वगैरे पुरवायचा. वाण्याच्या दुकानाखेरीज सुधीर आसपासच्या दुकानदारांची पार्सलं पोचवणं, एका राजकीय संघटनेची पोस्टर्स चिकटवणं, मीटिंग असेल तर त्यांच्या कार्यालयात खुर्च्या लावणं, यांसारखी इतरही काही किरकोळ कामं करत होता. त्या दिवशी रात्री हॉटेल बंद झाल्यावर सुधीर आणि यशवंत एकत्रच बाहेर पडले. त्यानंतर सुधीर बऱ्याचवेळा 'नगीना'मध्ये माल द्यायला मुद्दाम रात्री उशिरा जाऊ लागला. त्याचा हिशेब करून पैसे घेईपर्यंत हॉटेल बंद व्हायची वेळ यायची. मग यशवंत आणि सुधीर गप्पा मारत घरी परतत असत.

यशवंतबरोबरचे सगळेच मित्र आता कुठे ना कुठे तरी छोटं-मोठं काम करायला लागले होते. काहींना व्ही.टी. आणि फोर्ट परिसरातल्या घड्याळं आणि कपड्यांच्या दुकानात नोकऱ्या मिळाल्या होत्या, काही आजूबाजूच्या सिनेमा थिएटर्समध्ये हरकाम्या किंवा सफाई कामगार म्हणून रुजू झाले होते, काही बंदरावरच्या गोदीमध्ये हमाल म्हणून कामाला लागले होते... दंगलीत एका पिढीचं आयुष्य रातोरात उद्ध्वस्त झाल्यानंतर तिची पुढची पिढी जगण्यासाठी आपली सर्व शक्ती एकवटून संघर्ष करत होती...

यशवंतचे तात्या आणि आई भाजी विकायचा धंदा करत होते; पण अजूनही त्यातून पुरेशी कमाई होत नव्हती. यशवंतला प्रत्येक महिन्याला नियमित पगार मिळत होता. त्याखेरीज हॉटेलमधली गिऱ्हाइकं खूश होऊन त्याला टिप्स देत असतं. त्यामुळे यशवंतचं घर चालू होतं.

आणि अशातच एकेदिवशी 'नगीना'चा मालक अण्णा शेट्टीचा खून झाला. तो केस कापायला सलूनमध्ये गेला असताना तीन जणांनी त्याच्यावर बेछूट गोळ्या झाडल्या. अण्णा मेला याची खात्री करून घेऊन हल्लेखोर पळून गेले.

विरोधी टोळीची माणसं अण्णाच्या मागावर होती, अशी कुणकुण आधीपासूनच होती. अण्णाची खबर कुणी दिली, हे पोलीसांना कळत नव्हतं. ते संशयित म्हणून

एक दिवस यशवंतला पोलीसस्टेशनवर घेऊन गेले. अर्धा-पाऊण तास प्रश्न विचारल्यावर यशवंताला काहीच माहीत नाही, हे त्यांच्या लक्षात आलं. प्रश्न विचारणाऱ्या इन्स्पेक्टरनं यशवंतच्या कानाखाली जोरात ठेवून दिली आणि तिथून जायला सांगितलं. कानाखाली उगीचंच मारल्याचं दुःख किंवा अपमान वाटून घ्यायची ती वेळ नव्हती.

अण्णाच्या मृत्यूनंतर दुसऱ्या दिवशी 'नगीना' बंद झालं. यशवंतचा पगार बंद झाला. घरचा रोजचा खर्च कसा चालवावा, हा प्रश्न पुन्हा उभा राहिला. यशवंत दुसऱ्या हॉटेल्समध्ये, आजूबाजूच्या दुकानात नोकरी मागण्यासाठी जाऊ लागला. पण त्या वेळी तिथल्या प्रत्येक तरुणाला नोकरी हवी होती. नोकऱ्या खूपच कमी होत्या. दोन महिने वणवण भटकूनसुद्धा यशवंताला कुठे नोकरी मिळत नव्हती.

यशवंत आजूबाजूच्या हॉटेलमध्ये काम मागण्यासाठी जायचा. मॅनेजर त्याला नोकरीवर ठेवून घ्यायला तयार व्हायचे; पण जेव्हा तो आपण 'नगीना'मध्ये होतो हे सांगायचा तेव्हा त्याला ती नोकरी मिळायची नाही. यशवंतच्या हे लक्षात आलं. पुढच्या हॉटेलमध्ये त्यानं आपल्या 'नगीना'मधल्या नोकरीबद्दल काहीच सांगितलं नाही. मॅनेजरने त्याला कामावर ठेवून घेतलं. यशवंत व्यवस्थित काम करायला लागला. दोन दिवसांनंतर मॅनेजरने त्याला बोलवून घेतलं. "तू 'नगीना' में काम करता था क्या?" असं विचारलं. यशवंतने 'हो' म्हणून सांगितल्यावर मालकाने ताबडतोब दोन दिवसांच्या कामाचे पैसे दिले, आणि "इसके बाद काम पे मत आना," असं सांगून त्याला बाहेर पाठवलं.

त्यानंतर हॉटेल्सचा विचार बाजूला ठेवून तो इतर दुकानांत जाऊ लागला; पण कुठेच काम मिळत नव्हतं. घरात पुन्हा जवळपास उपासमार सुरू झाली होती. एके दिवशी दुपारी तो घड्याळांची विक्री आणि दुरुस्ती करणाऱ्या एका छोट्या दुकानात काम मागण्यासाठी गेला. मालक स्वतः गल्ल्यावर बसून नोटा मोजत होता. यशवंतने त्याला नोकरी देण्याची विनंती केली. मालकाने त्याला दोन-चार जुजबी प्रश्न विचारले आणि 'उद्यापासून कामावर ये,' असं सांगितलं. त्याच वेळी कपाटात घड्याळं लावत असलेला माणूस त्यांच्याजवळ आला. तो वयस्क होता. बरीच वर्षं या दुकानात कामाला असावा. तो इतका वेळ त्यांचं बोलणं ऐकत असावा.

"शेठ, हा अण्णा शेट्टीचा माणूस आहे," मालकाजवळ येऊन त्यानं मालकाला संगितलं.

मालक धक्का बसल्यासारखा यशवंतकडे पाहत राहिला. "हे खरं आहे का?" त्यानं यशवंतला विचारलं.

"मालक, मी 'नगीना' हॉटेलमध्ये काम करत होतो. त्यापेक्षा अण्णा शेट्टीबरोबर माझा काहीच संबध नव्हता." यशवंतनं उत्तर दिलं.

''आता तरी माझ्याकडे काही काम नाही... तू जा...'' मालक गडबडीनं म्हणाला.

यशवंतच्या मनात इतके दिवस साचलेलं नैराश्य उफाळून येऊ लागलं. रागाने त्याचे हात-पाय थरथरू लागले. पोटातल्या भुकेने रागाला आणखीनच भडका दिला. मालकासमोरच्या गल्ल्यातल्या सगळ्या नोटा, सगळे पैसे हिसकावून घ्यावेत, त्याला असं वाटायला लागलं. अतिशय प्रयासाने यशवंतने स्वत:वर ताबा मिळवला. असे पैसे हिसकावून घेऊन काही होणार नव्हतं. यशवंतने स्वत:ला शांत केलं. मालकाकडे पाहिलं. यशवंतच्या चेहऱ्यावरचे रंग आणि त्याचा एकूण आविर्भाव बघून मालक अतिशय घाबरला असावा. यशवंतने मालकाकडे पाठ फिरवली आणि तो दुकानाबाहेर पडला.

त्याच दिवशी संध्याकाळी त्याला सुधीर भेटला. तोसुद्धा कामाच्या शोधात असाच फिरत होता. त्यालासुद्धा कुठे काम मिळत नव्हतं. यशवंतने सुधीरला दुपारी घडलेला प्रसंग जसाचा तसा सांगितला.

''असं वाटत होतं,की त्या गल्ल्यातले सगळे पैसे हिसकावून घ्यावेत आणि निघून यावं. काय होईल ते पुढचं पुढे पाहता येईल,'' आपल्या बोलण्याचा समारोप करत यशवंत म्हणाला.

काही क्षण शांततेत गेले.

''मला हल्ली नेहमीच असं वाटतं,'' सुधीर म्हणाला.

''काय वाटतं?'' काही न कळून यशवंतन विचारलं.

''असं वाटतं, की एखाद्या दुकानाचा गल्ला हिसकावून घ्यावा,'' सुधीर शांतपणे म्हणाला.

''काय म्हणालास तू?'' तो काय म्हणतोय याची खात्री करून घेण्यासाठी यशवंतनं विचारलं.

''मला असं वाटतं, की एखाद्या दुकानाचा रोकड गल्ला लुटावा... किंवा दुकान बंद असताना दुकान फोडून आतला माल लुटून विकावा,'' सुधीर म्हणाला.

खूप वेळ शांततेत गेला.

''यात खूप धोका आहे,'' यशवंत विचार करून म्हणाला.

''आता तरी आपल्यासमोर पैसे कमवायचा तोच एक मार्ग मला दिसतो आहे,'' सुधीर म्हणाला.

बराच वेळ दोघेही काही न बोलता विचार करत राहिले.

मग यशवंत म्हणाला, ''दुकानातला गल्ला लुटला, की दुकानदार पोलिसात तक्रार करणार. आपल्याला पोलिसांपासून लपत राहावं लागणार. जर सापडलो तर त्या लुटलेल्या पैशाचा काही उपयोग नाही; उलट जेलमध्ये जावं लागेल.''

सुधीरला ते पटल्यासारखं दिसलं. तो गप्प राहिला.

"दुकान फोडून माल लुटण्यात जास्तच धोका आहे; कारण चोरी पचवली तरी लुटलेला माल विकताना आपण पकडले जाऊ शकतो," यशवंत म्हणाला.

"मग नुसतं हातावर हात धरून उपाशी मरायचं?" सुधीरने विचारलं.

यशवंतने काहीच उत्तर दिलं नाही. दोघेही शांतपणे बसून राहिले.

मग यशवंत शांतपणे म्हणाला, "आपण अशा माणसाला लुटायचं, जो पोलिसात तक्रार करणार नाही."

"हे कसं शक्य आहे?" सुधीरनं विचारलं.

यशवंत सुधीरला त्याच्या डोक्यात तयार होत असलेली योजना सांगू लागला. 'नगीना'मध्ये 'कुलवंत' नावाचा एक सरदारजी नेहमी यायचा. बऱ्याच वेळा तो एकटाच असे. दोन पेग पोटात गेले, की तो तिथल्या वेटर लोकांशी गप्पा मारायचा. तो मोटरीच्या स्पेअरपार्ट्सची घाऊक विक्री करायचा. भायखळा ब्रिजजवळच्या एका इमारतीमध्ये दुसऱ्या मजल्यावर त्याचं दुकान होतं. त्याचं घर आणि कुटुंब सायनला होतं. हाजीअलीला त्याची एक मैत्रीण होती. प्रत्येक शुक्रवारी दुपारी दोन वाजता आपल्या दुकानातून तो तिच्या घरी जायचा. तिच्याबरोबर मौजमजा करून तो संध्याकाळी उशिरा आपल्या घरी जायचा. प्रत्येकवेळी जाताना तिला खर्चासाठी दोन-अडीच हजार रुपये द्यायचा. हे पैसे तो काही माल 'विदाउट बिल' विकून मिळवायचा. त्यामुळे हे पैसे त्याच्या हिशेबाच्या वह्यांमध्ये कुठे दिसायचे नाहीत. तो मूडमध्ये असला, की त्यानं आपल्या मैत्रिणीबरोबर काय मजा केली याचं तपशीलवार वर्णन करीत असे.

"आपण या सरदारजीला लुटू शकतो," आपलं बोलणं थांबवत यशवंत म्हणाला.

"यालाच का?" त्याचं बोलणं लक्षपूर्वक ऐकत असलेल्या सुधीरनं विचारलं.

"तो पोलिसांकडे तक्रार नोंदवणार नाही, कारण एकतर त्याच्याकडे या पैशाचा हिशेब असणार नाही आणि दुसरं-पोलीस चौकशीत त्याला हे पैसे घेऊन तो कुठे चालला होता ते सांगावं लागेल. ते जर त्याच्या घरी कळलं तर त्याचा संसार मोडू शकतो."

सुधीर थोडावेळ शांत राहिला. मग म्हणाला, "तू म्हणतोस ते पटलं."

"दोन-अडीच हजार रुपयांत आपण दोघे साधारण दोन महिने आपली घरं चालवू शकतो. तोपर्यंत आपल्याला कामसुद्धा मिळून जाईल," यशवंत म्हणाला.

सुधीरने होकारार्थी मान डोलावली.

दोघेही काही वेळ न बोलता बसून राहिले. मग दोघे मिळून सरदारजीला कुठे आणि कसं लुटायचं त्याची तपशीलवार योजना बनवू लागले.

शुक्रवारी दुपारी बरोबर दोन वाजता तो सरदारजी भायखळा पुलाजवळच्या त्याच्या दुकानाच्या बिल्डिंगमधून खाली उतरायचा. इमारतीच्या फाटकातून बाहेर येऊन तो टॅक्सीत मागे बसायचा. टॅक्सीत तो एकटाच असायचा. त्याच्या हातात बॅग असायची. त्या बॅगेत पैसे असायचे. टॅक्सी हाजीअलीकडे जायची. बिल्डिंगपासून साधारणपणे अर्ध्या किलोमीटरनंतर सिग्नल होता. हाजीअलीला जाण्यासाठी या सिग्नलहून डावीकडे वळावं लागायचं. या रस्त्यावर नेहमीच प्रचंड ट्रॅफिक असायचं. टॅक्सीला बिल्डिंगपासून सिग्नलपर्यंतचं अर्धा किलोमीटरचं अंतर तोडायला किमान दहा मिनिटं लागायची. टॅक्सी सिग्नलला थांबायची. त्या रस्त्याला लागून फुटपाथ होता. फुटपाथवर नेहमीच पादचाऱ्यांची प्रचंड गर्दी असायची... आपण शुक्रवारी दुपारी दीड वाजल्यापासून भायखळा पुलावर उभं राहून सरदारजी बाहेर येऊन टॅक्सीत बसायची वाट पाहायची. हातात चाकू आणि हातोडा ठेवायचा. तो टॅक्सीत बसला याची खात्री करून घ्यायची. टॅक्सी सुरू झाली, की पुलावरून वेगात चालत खाली येऊन सिग्नलजवळ उभं राहायचं. सरदारजीची टॅक्सी सिग्नलजवळ थांबली, की हातातल्या हातोड्यानं टॅक्सीची पुढची आणि मागची काच फोडायची. हे सगळं ठरलं. पुढची काच सुधीर फोडणार होता तर मागची काच यशवंत फोडणार होता. फुटलेल्या काचेतून हात घालून दरवाजा उघडायचा होता. यशवंतने सरदारजीच्या गळ्यावर सुरा ठेवून त्याच्याकडून बॅग हिसकावून घ्यायची. सुधीरने टॅक्सी ड्रायव्हरच्या गळ्यावर सुरा ठेवून त्याला हलू द्यायचं नाही. हे सर्व अतिशय वेगाने म्हणजे काही सेकंदांत संपवायचं. बॅग हातात आली, की फुटपाथवरच्या गर्दीत मिसळून जायचं. तिथून सुधीरच्या घरी जायचं. बॅगेत दोन हजार रुपये असतील तर दोघांनी एकेक हजार रुपये वाटून घ्यायचे. त्या हजार रुपयांवर साधारणपणे महिनाभर घर चालू शकेल, अशी निश्चिती आली की दुसऱ्या दिवसापासून परत काम शोधायला सुरुवात करायची. हेही नक्की झालं.

त्यांनी या योजनेतले तपशील पुन:पुन्हा तपासले. जे कच्चे दुवे वाटले त्यामध्ये काही सुधारणा केल्या आणि मग ते दोघे शुक्रवारची वाट पाहायला लागले.

शुक्रवार आला. यशवंत आणि सुधीर बरोबर दीड वाजता भायखळा पुलावर पोहोचले. दोघांच्या पॅन्टच्या खिशामध्ये लांब आणि धारदार चाकू होते. शर्ट पॅन्टमध्ये खोचला होता आणि तिथे छोटा, पण वजनदार हातोडा लपवला होता. दोन वाजता त्यांना त्या इमारतीमधून सरदारजी बाहेर पडून टॅक्सीत बसताना दिसला. त्याबरोबर ते दोघे वेगाने चालत सिग्नलजवळ येऊन थांबले. त्यांनतर दोनच मिनिटांत सरदारजीची टॅक्सी सावकाश सिग्नलजवळ येऊन थांबली. पण टॅक्सीमध्ये फक्त सरदारजीच नव्हता तर ड्रायव्हरशेजारच्या सीटवर आणखी एक माणूस बसला होता. पण यशवंत आणि सुधीरला आता थांबणं शक्य नव्हतं. त्यांनी ठरल्याप्रमाणे

हातोड्याने गाडीच्या काचा फोडल्या. गाडीचे दरवाजे उघडले. सुधीर ड्रायव्हर शेजारच्या माणसाच्या गळ्यावर चाकू ठेवून 'जरा भी हिला तो काट दूंगा,' एवढंच बोलला. या अचानक हल्ल्यानं तो माणूस बावरून गेला होता. यशवंतने सरदारजीच्या समोर सुरा धरला आणि 'पैसे कहा है?' असं विचारलं. घाबरलेल्या सरदारजीने हातातली बॅग यशवंतसमोर धरली. सरदारजीचा चेहरा त्याला वेगळा वाटला; पण कसलाही विचार करायला वेळ नव्हता. त्यानं बॅग हिसकावून घेतली आणि तो फुटपाथवरच्या गर्दीत मिसळला. त्याच्यापाठोपाठ सुधीर होता. दोघेही वेगाने उलट्या दिशेला चालत निघाले.

जेव्हा ते सुधीरच्या घरी पोहोचले तेव्हा घामाने थबथबून गेले होते. दोघांची शरीरं अजूनही थरथरत होती. स्वत:वर ताबा मिळवायचा प्रयत्न करत ते तसेच बसून राहिले. थोडं शांत झाल्यावर त्यांचं बॅगेकडे लक्ष गेलं. बॅगेला बऱ्यापैकी मोठं कुलूप होतं. मौजमजेसाठी निघालेल्या सरदारजीच्या बॅगेला एवढं मोठं कुलूप बघून दोघांना थोडं आश्चर्यच वाटलं. सुधीरने घरातला वरवंटा घेऊन कुलूप फोडलं. बॅग उघडली. आणि ते दोघे डोळे विस्फारून पाहतच राहिले. बॅगेत जवळपास पन्नास हजारांच्या नोटा दिसत होत्या. नोटांच्या गठ्ठ्यांवर बँकेची सिलं मारलेली होती... यशवंत आणि सुधीरने पन्नास हजार रुपयांची चोरी केली होती, नव्हे दरोडा घातला होता!!

काय गडबड झाली हे त्यांना कळत नव्हतं, दोघेही संपूर्ण गोंधळून गेले होते. त्यांनी बॅग कपाटात लपवून ठेवली. तासभर ते तसेच बसून राहिले. दुपारी बराच वेळ खोलीचं दार बंद आहे, याचं चाळीतल्या शेजाऱ्यापाजाऱ्यांना आश्चर्य वाटून त्यांनी उगीचच घरात डोकावू नये, म्हणून सुधीर सहजतेचा आव आणून रोजच्यासारखा खाली फिरायला गेला. यशवंत खोलीमध्येच बसून राहिला. पंधरा मिनिटांतच दरवाजावर थाप पडली. यशवंतने दरवाजा उघडला. दारात सुधीर उभा होता. त्याचा चेहरा पांढरा फटक पडला होता. तो आत आला.

"काय झालं?" यशवंतने विचारलं.

सुधीरने काही न बोलता हातातलं संध्याकाळचं वर्तमानपत्र उधडून यशवंतच्या हातात दिलं. यशवंत सुधीरने दाखवलेली तिसऱ्या पानावरची बातमी वाचू लागला. बातमी वाचून त्याची अवस्थासुद्धा सुधीरसारखीच झाली. दोघेही अतिशय घाबरून गेले होते. नेमका काय आणि किती मोठा गोंधळ झाला आहे, हे त्यांना समजलं होतं.

'नगीना'मध्ये येणाऱ्या सरदारजीचं दुकान होतं त्याच इमारतीत त्याच्या वरच्या मजल्यावर 'डेव्हिड अ‍ॅन्ड जॉन्सन' या कंपनीचं ऑफिस होतं. महालक्ष्मीला कंपनीची फॅक्टरी होती. तो फॅक्टरीतल्या कामगारांच्या पगाराचा दिवस होता. कंपनीचा कॅशिअर 'गुरुनाम' नावाचा एक सरदारजी होता. गुरुनाम नावाचा तो सरदारजी

कॅशिअर आणि एक सुरक्षा अधिकारी पगाराची रक्कम घेऊन टॅक्सीने महालक्ष्मीला निघाले होते... यशवंत आणि सुधीरनी ही कंपनीची पगाराची रक्कम घेऊन जाणारी टॅक्सी लुटली होती...

हा दरोडा दोन सशस्त्र तरुणांनी घातल्याचं पोलिसांना समजलं होतं. पोलीस त्या तरुणांच्या मागावर आहेत, असंही त्या बातमीत पुढे म्हटलं होतं.

आता यशवंत आणि सुधीरच्या अंगातलं उरलंसुरलं त्राण निघून गेलं. आता काय करायचं ते दोघांनाही समजत नव्हतं; पण काही करायची वेळ त्यांच्यावर आलीही नाही.

रात्री नऊच्या सुमारास खोलीच्या दरवाजावर थापा पडल्या. यशवंतने घाबरत घाबरत दरवाजा उघडला. दरवाजात दोन पोलीस बंदुका घेऊन उभे होते. मागून आणखी दोन पोलीस पुढे आले व घरात शिरले. त्यांनी काही न बोलता सुधीर आणि यशवंतच्या मानगुटीला पकडलं आणि त्यांना बिल्डिंगच्या व्हरांड्यातून घेऊन जाऊ लागले. इमारतीत सर्वत्र पोलीस दिसत होते. सुधीर आणि यशवंताला जिन्यावरून खाली आणलं. बिल्डिंगमधले इतर रहिवासी किलकिल्या दरवाजातून भेदरलेल्या नजरेनं सगळं पाहत होते. पोलीसांनी त्या दोघांना रस्त्यावर आणलं. आपल्या व्हॅनमध्ये कोंबलं. व्हॅन सरळ पोलीस स्टेशनवर जाऊन थांबली.पोलिसांनी त्या दोघांना पोलीस स्टेशनमध्ये नेलं व एका कोठडीत टाकून दिलं.

पोलिसांनी यशवंत आणि सुधीर विरुद्ध सशस्त्र दरोड्याचा गुन्हा टाकून एफ.आय. आर. नोंदवला.

त्याच संध्याकाळी चिंचपोकळीत हिंदुत्ववादी संघटना आणि दुसऱ्या एका पार्टीच्या कार्यकर्त्यांमध्ये राडा झाला होता. पोलिसांनी हिंदुत्ववादी संघटनेच्या राडा करणाऱ्या तरुणांना उचलून भायखळा पोलीस स्टेशनमध्ये आणलं होतं. त्या तरुणांना जामीन मिळवून देण्यासाठी संघटनेचे वकील, अॅड. कुदळे भायखळा पोलीस स्टेशनमध्ये आले होते. सुधीर संघटनेची पोस्टर लावण्याचं तसेच बैठकीच्या वेळी कार्यालयात खुर्च्या वगैरे लावण्याचं काम करत असल्यामुळे कुदळे सुधीरला चेहऱ्याने ओळखत होते. राडा करणाऱ्या तरुणांबरोबरच त्यांनी सुधीरलाही जामीन देण्याची विनंती तिथल्या इन्स्पेक्टरला केली. इन्स्पेक्टरनी सुधीर आणि यशवंतनी नेमका कोणता गुन्हा केला आहे, त्याची कल्पना कुदळेंना दिली. कुदळेंनी काहीवेळ विचार केला आणि सुधीरबरोबरच यशवंतच्या जामिनासाठीसुद्धा अर्ज केला. सर्वांच्या जामिनाची औपचारिक कागदपत्रं जमा झाली. त्यानंतर कुदळेंनी रेगेसाहेबांना फोन केला. रेगेसाहेब संघटनेचे एक वरिष्ठ नेते होते. संघटनेच्या प्रमुख नेत्याशी रेगेसाहेबांचे जिव्हाळ्याचे संबंध होते. कुदळेंचं पोलीस स्टेशनमधलं सर्व काम संपल्यावर ते सुधीर आणि यशवंतजवळ गेले. त्या दोघांचा जामीन अर्ज झाला आहे आणि दुसऱ्या

दिवशी सकाळी कोर्टाची रीतसर परवानगी मिळाल्यावर त्यांना जामिनावर सोडलं जाईल, असं सांगितलं-'तुम्ही दोघे रेगेसाहेबांना भेटा. उद्या इथून सुटल्यावर सरळ त्यांच्या घरी जा,' एवढं बोलून कुदळे निघून गेले.

यशवंत आणि सुधीरने दुसऱ्या दिवशीच्या सकाळची वाट पाहत ती रात्र पोलीस कोठडीत काढली.

दुसऱ्या दिवशी सकाळी त्यांना जामिनावर सोडण्यात आलं. पोलीस स्टेशनमधून बाहेर पडल्यावर कुदळे वकिलांनी सांगितल्याप्रमाणे ते दोघे तडक रेगेसाहेबांच्या घरी गेले. रेगेसाहेब 'शिवाजी पार्क'ला एका प्रशस्त फ्लॅटमध्ये राहायचे.

सुधीरने त्यांच्या फ्लॅटच्या दरवाजावरची घंटी वाजवली. घरातल्या एका नोकराने दरवाजा उघडला. फ्लॅटला मोठा दिवाणखाना होता. दिवाणखान्यात लोकांची गर्दी होती. काही लोक उभे होते तर काही भारतीय बैठकीवर बसले होते. त्यांच्यापैकी बहुतेकजण संघटनेचे कार्यकर्ते असावेत. भारतीय बैठकीसमोर थोड्या उंचीची लाकडी बैठक होती. त्यावर गादी घालून लोड आणि तक्का ठेवला होता. त्या बैठकीवर रेगेसाहेब लोडाला टेकून बसले होते. त्यांचं वय पासष्टच्या आसपास असावं. त्यांनी स्टार्च केलेला खादीचा कुर्ता आणि पायजमा घातला होता. डोळ्यांवर सोनेरी फ्रेमचा मोठा चष्मा होता. त्यांचे बहुतेक सगळे केस पांढरे झाले होते. चेहऱ्यावर विचारी आणि गंभीर भाव होते. ते आपल्या समोरच्या कार्यकर्त्यांशी काहीतरी बोलत होते. यशवंत आणि सुधीर त्यांच्यासमोर जाऊन योग्य ते अंतर राखून उभे राहिले. रेगेसाहेबांनी त्यांच्याकडे प्रश्नार्थक नजरेनं पाहिलं. सुधीरने त्यांना स्वतःचं आणि यशवंतचं नाव आणि कुदळे वकिलांनी आपल्याला इथे पाठवल्याचं सांगितलं. रेगेसाहेबांनी त्या दोघांकडे निरखून बघितलं. हातानेच थांबून राहण्याची खूण केली आणि ते परत समोरच्या कार्यकर्त्यांशी बोलण्यात गढून गेले.

यशवंत आणि सुधीर तिथेच एका कोपऱ्यात बसले. त्यांना त्या गर्दीमध्ये काल राडा केल्यामुळे पोलीस स्टेशनवर आणलेल्या तरुणांपैकी काही जण दिसले. बराच वेळ झाला. गर्दी थोडी कमी झाली. रेगेसाहेबांनी त्या दोघांना बोलावलं. ते दोघे त्यांच्यासमोर उभे राहिले.

"तुम्हाला अटक नेमकी कशासाठी झाली होती, ते सविस्तर सांगा," रेगेसाहेब म्हणाले.

त्या दोघांनी कुलवंत सिंगला लुटायचा केलेला प्लॅन, ऐनवेळी टॅक्सी ओळखण्यात झालेली चूक, घरी येऊन पोलिसांनी केलेली अटक, कोठडीत असताना ॲड. कुदळेंची झालेली भेट आणि त्यांनी दिलेल्या जामिनापर्यंत सगळं सांगितलं.

रेगेसाहेबांनी सगळं शांतपणे ऐकून घेतलं. थोडा विचार केला.

"तुम्ही बऱ्या घरची मुलं दिसता. लूटमार करायला का गेलात?"

"आमचं चुकलं आहे साहेब; पण दोन वेळच्या जेवणाला पुरतील इतके पैसे मिळवण्याचा दुसरा कुठलाही रस्ता आम्हाला दिसत नव्हता," यशवंत म्हणाला.

"म्हणजे?" रेगेसाहेबांनी विचारलं.

त्या दोघांनी दोन हिंदू -मुस्लिम दंगलींत वडिलांचं दुकान जाळलं जाणं, त्यांना शाळा सोडावी लागणं, यशवंतची 'नगीना'तली आणि सुधीरची किराणामाल पुरवणाऱ्या दुकानातली नोकरी, अण्णा शेट्टीचा खून, 'नगीना' बंद होणं आणि नंतर कुठेही काम न मिळणं, घरातली उपासमार हे सगळं सांगितलं.

रेगेसाहेब बराच वेळ काही न बोलता शांत बसून होते. कसला तरी पुढचा विचार करत असावेत.

"लुटलेले पैसे कुठे आहेत?" त्यांनी विचारलं.

"माझ्या घरी. कपाटात." सुधीर म्हणाला.

"त्यातले किती खर्च केलेत?" रेगेसाहेबांनी विचारलं.

"एक पैसाही नाही. सगळी रक्कम जशीच्या तशीच आहे," यशवंत म्हणाला.

"तुम्ही ते पैसे कुदळेंकडे द्या. आपण केस मिटवायचा प्रयत्न करू." रेगेसाहेब म्हणाले.

त्यांनी कुदळेंना फोन लावला.

"तुम्ही पाठवलेली मुलं मला भेटलीत. तरुण आहेत. धडाडीची आहेत. या एका चुकीमुळे त्यांचं आयुष्य फुकट जायला नको. ते पैसे तुमच्याकडे आणून देतील. केस तेवढी मिटवून घ्या," रेगेसाहेबांनी सांगितलं.

रेगेसाहेबांनी फोन ठेवला.

"ताबडतोब पैसे घेऊन कुदळेंना भेटा," रेगेसाहेबांनी सांगितलं.

यशवंत आणि सुधीर उठले. उस्फूर्तपणे त्यांनी रेगेसाहेबांच्या पायाला हात लावून नमस्कार केला व ते दोघे तेथून बाहेर पडले.

पैसे घेण्यासाठी सुधीरच्या घरी जाणं आवश्यक होतं. काल सगळ्या लोकांसमोर त्यांना पोलीस तिथून घेऊन गेले होते. आता परत तिथे जाणं अतिशय अवघड होतं. पण पैसे देऊन केस मिटवणं सगळ्यात महत्त्वाचं होतं. सगळी हिंमत एकवटून ते त्या इमारतीत शिरले. त्यांना तिथे एवढ्या लवकर परत आलेलं बघून चाळीतल्या लोकांना धक्का बसला असावा. ते दोघे कुठेही न बघता सरळ पहिल्या मजल्यावरच्या सुधीरच्या खोलीकडे गेले. खोलीचा दरवाजा उघडा होता. त्याचे आई-वडील बसले होते. त्यांच्या आजूबाजूला चाळीतली काही माणसं सांत्वनाला आल्याप्रमाणे येऊन बसली होती.

सुधीरला बघून सुधीरच्या आईने, "काय करून ठेवलंस हे.. आमची तोंडं काळी केलीस रे..." म्हणत हंबरडा फोडला.

"आमची इज्जत काढलीस... लाज वाटली नाही असले धंदे करायला..." असं म्हणत त्याचे वडील हात उगारून त्याला मारायला उठू लागले. त्यांच्या आजूबाजूच्या लोकांनी त्यांना धरून खाली बसवलं.

सुधीर कुठेही लक्ष न देता कपाटाकडे गेला. कपाट उघडलं. बॅग कपाटातच होती. त्यानं बॅग उचलली आणि बाहेर पडला.

"मागच्या जल्मातलं पाप म्हणून असलं पोरगं पोटात आलं..." त्याची आई किंचाळली.

कुठेही लक्ष न देता ते दोघे बाहेर पडले. कुणाचीही त्यांना थांबवायची हिंमत झाली नाही.

त्यांनी कुदळेंच्या ऑफिसवर जाऊन पैसे कुदळेंच्या हातात दिले.

कुदळेंनी त्यांना संध्याकाळी पुन्हा ऑफिसवर यायला सांगितलं.

यशवंत आणि सुधीर संध्याकाळ होईपर्यंत भटकत वेळ काढत राहिले. दोघांच्या मनावर प्रचंड दडपण होतं. संध्याकाळी ते कुदळेंच्या ऑफिसवर पोहोचले.

"कंपनीने चोरीची तक्रार मागे घेतली आहे," कुदळे म्हणाले.

आपण काय ऐकतोय, हे त्या दोघांना कळेना. दोघे कोऱ्या चेहऱ्याने कुदळेंकडे पाहत राहिले.

कुदळेंनी कंपनीच्या लोकांना बोलावून त्यांचे चोरीला गेलेले पैसे परत दिले होते. पोलिसात दिलेली तक्रार मागे घ्यावी, अशी विंनती केली होती. कंपनीला पैसे परत मिळाले होते. कुदळेंसारख्या संघटनेच्या वकिलाची विनंती स्वीकारणं, हेच कंपनीच्या फायद्याचं होतं, हे कंपनीला समजत होतं. कंपनीने पोलिसांना आपण तक्रार मागे घेत असल्याचं सांगितलं. सापडलेले गुन्हेगार सोडायची पोलिसांची इच्छा नव्हती. संघटनेच्या वतीने कुदळे पोलिसांशी बोलले. पोलिसांनी केस बंद केली. यशवंत आणि सुधीरवर घातलेली सशस्त्र दरोड्याची ती एफ.आय.आर. भायखळा पोलीस स्टेशनच्या फाइलमध्ये तशीच पडून राहणार होती. त्याच्यावर पुढे कुठलीही कारवाई होणार नव्हती.

यशवंत आणि सुधीर कुदळे वकिलांच्या ऑफिसमधून बाहेर पडले, तेव्हा त्यांना आपला पुनर्जन्म झाल्यासारखं वाटत होतं. रात्र झाली होती. सुधीर त्याच्या मित्राकडे निघून गेला. यशवंत रस्त्यावर एकटाच उभा राहिला. त्याची घरी जायची हिंमत नव्हती. पोलीस काल त्याच्या चाळीत गेले होते. त्याच्या आई-वडिलांना भेटले होते. त्याच्या चाळीतल्याच कुणीतरी त्यांना सुधीरचा पत्ता दिला होता. काल पोलिसांनीच त्याला हे सांगितलं होतं. घरी जाऊन आई-वडिलांना तोंड दाखवण्यापेक्षा हे शहर सोडून जावं व कुठेतरी परागंदा व्हावं, असे विचार त्याच्या मनात येत होते. पण असं काहीतरी करणं हा फार मोठा अविचार ठरला असता. त्यानं सगळी हिंमत

गोळा केली आणि तो आपल्या घराच्या दिशेने निघाला.

तो चाळीतून आत शिरला. तळमजल्यावरच्या चौकात त्याचे तरुण मित्र गप्पा मारत उभे होते. त्याला बघून त्यांच्या गप्पा एकदम थांबल्या. जिन्यातली, वऱ्हांड्यात बसलेली माणसं आपल्याकडं विचित्र नजरेनं पाहताहेत, हे त्याला जाणवत होतं. तो कुणाकडेही न बघता सरळ आपल्या खोलीकडे गेला. खोलीचा दरवाजा उघडाच होता. तो आत गेला. आई भिंतीला टेकून बसली होती. तिची नजर कुठेतरी शून्यात होती. वडील एका कोपऱ्यात बसले होते. ते आढ्याकडे पाहत होते.

तो आत आल्यावर दोघांनीही त्याच्याकडे पाहिलं. तो जमिनीवर सुटला. काही क्षण असेच शांततेत गेले.

"तू हात-पाय धुऊन, भात-आमटी आहे ती खाऊन घे," काही विशेष घडलं नाही, अशा आवाजात आई म्हणाली.

यशवंतने तिथल्याच मोरीत हात धुतले. आईने समोर ठेवलेला भात खायला सुरुवात केली. पहिला घास पोटात गेल्यावर त्याला जाणवलं, की काल सकाळनंतर त्यानं काहीच खाल्लं नव्हतं. त्याला प्रचंड भूक लागली होती. तो खात होता. आई त्याच्याकडे पाहत होती. वडील शांत बसून होते. त्याचं जेवण संपलं. तो हात धुऊन आला. त्याच्या नेहमीच्या झोपायच्या जागी आईने त्याची सतरंजी अंथरली होती.

"मी तुला हळदीचा लेप लावते, मग तू झोप." पोलिसांच्या मारामुळे त्याच्या चेहऱ्यावर आणि अंगावर उठलेल्या व्रणांकडे पाहत ती म्हणाली.

"आई-तात्या माझी चूक झाली." खाली मान घालून यशवंत रडवेल्या आवाजात म्हणाला.

"तू आता त्याचा विचार करू नकोस, उद्या बघू," आई म्हणाली.

"चूक तुझी नाही, माझी झाली आहे. मी तुला शाळा शिकवू शकलो नाही. पोटाला पुरेसं जेवण देऊ शकलो नाही," तात्या म्हणाले. त्यांच्या आवाजात पराकोटीचा अपराधीपणा होता.

"चूक कुणाचीच नसते. आपले भोग आहेत, असं समजावं आणि आपला रस्ता शोधावा," आई शांतपणे म्हणाली

"यापुढे मी असं काही करणार नाही आई." यशवंत मनापासून म्हणाला.

"ते आता तुझ्या हातात नाही यशवंत. आता तुझा रस्ता ठरला." आई शांत आवाजात म्हणाली.

यशवंतने चमकून आईकडे पाहिलं.

"व्यवहाराचा विचार कर. अण्णा शेट्टीच्या खुनात तुझा काही हात नव्हता तर तुला कुणी कामाला ठेवत नव्हतं. आता तर तुझ्यावर गुंड म्हणून शिक्का बसला बाबा."

जगाचे सगळे बरे-वाईट अनुभव घेतलेली ती बाई पुढे बोलू लागली, "पुढं जरा पोलिसांशी दमानं घेत, कुठं गुंतणार नाहीस एवढं सांभाळ." तिला अजूनही काही बोलायचं असावं, पण घशात आवंढा दाटून आल्यामुळे ती पुढे बोलू शकली नाही.

यशवंत तिच्या बोलण्यावर विचार करत राहिला.

त्यानंतर पुढचे जवळपास पंधरा दिवस यशवंत घराबाहेर पडला नाही. आई आणि तात्या नेहमीप्रमाणे भाजी विकायला जात होते. यशवंतची घराबाहेर पडायची इच्छाच होत नव्हती. बाहेर लोक काय बोलतील, किंवा आपल्याशी कदाचित कुणी बोलणारसुद्धा नाही, असं त्याला वाटत होतं. आई-तात्यांवर असं ओझं बनून राहण्याची लाज वाटू लागली होती. पण बाहेर कुठे काम मिळेल, याची शक्यता वाटत नव्हती. अशा मन:स्थितीत असतानाच एक दिवस दुपारी रत्नाकर त्याच्या घरी आला. रत्नाकर यशवंतच्या चाळीजवळच्याच दुसऱ्या एका चाळीत राहत होता. त्याचीही शाळा सुटली होती. त्याला गोदीवर हमाल म्हणून नोकरी मिळाली होती. त्याच्याबरोबर अजून एक त्यांच्याच वयाचा तरुण होता. ते दोघे यशवंतसमोर बसले

"हा मोहन," रत्नाकरने त्याची ओळख करून दिली.

मोहनसुद्धा रत्नाकरबरोबर गोदीवरच काम करत होता. मोहनकडे बंदराला लागलेल्या जहाजांवर माल चढवण्या-उतरवण्याचं काम होतं. रत्नाकर गोदीच्या प्रवेशद्वारापासून ते जहाजापर्यंत माल नेण्या-आणण्याचं काम करत होता. ते इथे का आलेत, हे यशवंतला कळत नव्हतं. काही वेळ त्यांनी अवांतर गप्पा मारल्या. दोघेही टॅक्सीवरचा दरोडा किंवा त्यानंतरच्या घटनांच्या संदर्भात एक शब्दही बोलले नाहीत. अर्थात त्यांना त्या घटनेची सगळी माहिती असणार, हे निश्चित होतं. काहीवेळ अशाच गप्पा झाल्या. यशवंताला या वेळी अशा अवांतर गप्पा मारण्यात रस नव्हता. तो अस्वस्थ झाला आहे, हे रत्नाकरच्या ते लक्षात आलं.

"तुझ्यासाठी एक काम घेऊन आलो आहे," मुद्द्यावर येत रत्नाकर म्हणाला. यशवंतच्या मनात एकदम आशेचा किरण चमकून गेला.

"कसलं काम?" त्याच्या आवाजात किंचित उत्साह आला होता.

"सांगतो," रत्नाकर म्हणाला. बोलताबोलता तो उठला व त्यानं घराचा दरवाजा बंद केला. पुन्हा आपल्या जागेवर येऊन बसला आणि बोलू लागला...

समुद्रातून येणाऱ्या जहाजांमधून वेगवेगळ्या प्रकारचा माल बंदरावर उतरवला जातो. या मालामध्ये महागडी परदेशी घड्याळं, वॉकमन्स, टेपरेकॉर्डर, व्हिडीओ प्लेअर यांसारख्या वस्तूंचा समावेश असतो. बऱ्याच वेळेस हा माल बंदरावर अनधिकृतपणे उतरवला जातो.त्यामध्ये अनेक तस्करांचे हात गुंतलेले असतात. आम्हीही यांतून पैसे मिळवतो, रत्नाकर म्हणाला.

म्हणजे, हा माल उतरवताना रत्नाकर आणि मोहन मिळून त्यांतील एखादा

छोटा खोका कुणालाही पत्ता लागू न देता परस्पर बाहेर काढत. त्या मालाला चोरबाजारात मागणी होती. अर्थात चोरबाजारात हा माल खूपच स्वस्तात म्हणजे मालाच्या मूळ किमतीच्या फक्त दहा ते पंधरा टक्के किमतीला विकावा लागे. पण तरीही मालाची मूळ किंमत खूप जास्त असल्याने त्या दोघांना बऱ्यापैकी पैसे सुटत. त्यांनी यापूर्वी दोन वेळा हा प्रकार केला होता. आताही रत्नाकर आणि मोहननी अशा मालाचा एक छोटा खोका कुणालाही पत्ता लागू न देता बाहेर काढला होता. आता पुन्हा ते स्वत: चोरबाजारात तो माल विकायला घेऊन गेले असते, तर तिथल्या दुकानदारांना संशय आला असता. हा माल भारतात उतरल्याची कोणतीही नोंद कागदोपत्री नसल्यामुळे प्रकरण पोलिसांपर्यंत गेलं नसतं. पण तो माल ज्या तस्कराचा आहे, त्याला किंवा त्याच्या कुठल्याही माणसाला जर रत्नाकर आणि मोहननी त्यांचा माल चोरला आहे हे कळलं असतं, तर त्या दोघांना फार त्रास झाला असता. कदाचित त्यांचा जीवसुद्धा जाऊ शकला असता. पण जर एखाद्या नवीन माणसाने तो माल विकला असता तर त्यानं एक साधी चोरी केली आहे, असं वाटलं असतं. यामुळे मालही बिनभोबाट विकला गेला असता. म्हणूनच या वेळी यशवंतने चोरबाजारात जाऊन तो माल विकावा, असं सांगायला ते दोघे आले होते.

त्यांचं बोलणं ऐकून यशवंत शांत बसला. या कामासाठी या दोघांनी आपलीच निवड का केली आहे, हे त्याच्या लक्षात आलं. यापुढे आपल्याला कोणत्या प्रकारचं काम करावं लागणार याची त्याला पुसटशी कल्पना आली. तो शांत बसून राहिला.

"माल विकून जे पैसे मिळतील ते आपण तिघांत सारख्या प्रमाणात वाटून घेऊ," तो काहीच बोलत नाही, हे बघून रत्नाकर म्हणाला.

"ठीक आहे. मी चोरबाजारात कधी जाऊ?" यशवंतने विचारलं.

"तुझ्या सोयीनं कधीही जा. माल माझ्याकडे आहे. तू सांगशील तेव्हा तुझ्याकडे देतो," मोहन म्हणाला

"आताच दे. " यशवंत म्हणाला.

तो एवढ्या लगेच तयार झालेला बघून रत्नाकर आणि मोहनला आश्चर्य वाटलं असावं.

एकदा रस्ता ठरल्यावर चालण्यासाठी वेळ घालवावा, असं यशवंतला वाटत नव्हतं. तो उठून उभा राहिला. त्याच्या पाठोपाठ ते दोघेसुद्धा उठले.

रत्नाकर आणि मोहन यशवंतला जवळच्याच एका जुनाट इमारतीमध्ये घेऊन आले. तळमजल्यावरच्या एका कोपऱ्यातल्या खोलीकडे ते गेले. मोहनने आपल्या जवळच्या किल्लीने दरवाजा उघडला. कपाटातल्या सर्वांत वरच्या कप्प्यात मागे लपवून ठेवलेले एक छोटे पुठ्ठ्याचे खाकी रंगाचे खोके बाहेर काढले. तिथल्याच एका चाकूने ते उघडले. आत व्यवस्थित पॅक केलेली एकसारखी सहा घड्याळं

होती. यशवंतने एक घड्याळ हातात घेतलं. ते स्वित्झर्लंडमधल्या एका फार मोठ्या कंपनीचं अतिशय महागडं घड्याळ होतं.

"चोरबाजारात हे एक घड्याळ साधारणपणे अठराशे ते दोन हजार रुपयाला घेतात," मोहनने सांगितलं.

यशवंतने ती सर्व घड्याळं एका पेपरमध्ये बांधून घेतली आणि तो तिथून बाहेर पडला. संध्याकाळी यशवंत चोरबाजारातून परतला तेव्हा त्याच्या खिशात बाराहजार रुपये होते.

यशवंत ठरलेल्या जागी त्या दोघांना भेटला. सगळे पैसे त्यानं रत्नाकरच्या हातात ठेवले. पैसे बघून दोघेही खूपच खूश झाले. रत्नाकरने पैशाचे ताबडतोब तीन हिस्से केले. प्रत्येकाला त्याच्या वाट्याचे चारहजार रुपये मिळाले.

मोहनने यशवंतला सांगितलं, ताडदेवला नुकताच एक बार सुरू झाला आहे. त्या बारमध्ये बायका वेटर म्हणून काम करतात आणि बारच्या मध्यभागी बऱ्याच मुली सिनेमातल्या गाण्यांवर नाच करतात. या बारला 'डान्सबार' म्हणतात. त्या 'डान्सबार'मध्ये दारू पीत मुलींचा नाच बघायला फारच मजा येते. आता रत्नाकर आणि मोहन दोघे तशीच मजा करायला त्या बारमध्ये जाणार होते. त्यांनी यशवंतलाही बरोबर मजा करायला बोलावलं. यशवंतने त्यांना नम्रपणे नकार दिला. तो आपल्या घरी गेला.

आता त्याच्याकडे त्याचे स्वत:चे चारहजार रुपये होते. आतापर्यंत तो काम शोधत होता; आज काम त्याला शोधत आलं होतं. फक्त कामाचा हा प्रकार त्याला अपेक्षित नव्हता!

यशवंत दुसऱ्या दिवशी सकाळी लवकर घराबाहेर पडला. जिथे परदेशातून आयात केलेली घड्याळं आणि इतर सामान अधिकृतपणे विकलं जातं, अशा एका नावाजलेल्या दुकानात तो गेला. त्यानं काल विकलेल्या ब्रॅन्डच्या आणि मॉडेलच्या घड्याळाची चौकशी केली. विक्रेता त्याच्यासमोर ते घड्याळ घेऊन आला. ते घड्याळ हुबेहूब यशवंतने काल विकलेल्या घड्याळांसारखं होतं. त्यानं किंमत विचारली.

"तीस हजार रुपये!" विक्रेत्यानं किंमत सांगितली.

यशवंतचा आपल्या कानावर विश्वासच बसेना.

"किती?" त्यानं पुन्हा विचारलं.

"तीस हजार," विक्रेता म्हणाला.

"इतके?" यशवंतनं आश्चर्यानं विचारलं.

"या एका घड्याळावर आम्ही इम्पोर्ट ड्यूटीच वीसहजार रुपये भरतो," विक्रेत्यानं सांगितलं.

''लोक इतकं महाग घड्याळ घेतात?'' यशवंतनं विचारलं.

''फार मोठा खप आहे असल्या इम्पोर्टेड घड्याळांचा,'' विक्रेता म्हणाला.

यशवंत तिथून बाहेर पडला.

त्यानंतर तो इम्पोर्टेड घड्याळं आणि इतर वस्तू अनधिकृतपणे विकल्या जाणाऱ्या 'मनीष मार्केट' आणि धारावीमधल्या काही दुकानांमध्ये गेला. त्या ब्रॅन्डचं, तेच घड्याळ तिथेसुद्धा उपलब्ध होतं आणि त्याची किंमत होती वीस ते बावीस हजार. पण तिथे त्याची कुठलीही पावती दिली जात नव्हती!

त्या भेटी आणि चर्चांवर विचार करून यशवंतने भारतातील इम्पोर्टेड वस्तूंचा वैध आणि अवैध व्यवहार समजून घेतला.

परदेशी बनावटीचं एखादं चांगलं घड्याळ ज्या देशात तयार होतं, त्या देशात त्याची किंमत रुपयांच्या चलनात सांगायचं, तर समजा तीन हजार रुपये आहे. भारतात निर्यात करण्यासाठी त्याची खरेदी त्या देशात केली जाई. भारतात ते वैध मार्गाने पाठवायचं असेल तर प्रत्येक घड्याळामागं साधारणपणे तीनशे रुपये खर्च व्हायचे. तसेच ते घड्याळ प्रवासात कुठे गहाळ झालं किंवा खराब झालं तर नुकसान-भरपाई मिळावी, म्हणून निर्यातदार त्याचा विमा उतरवायचे. विम्याचा खर्च प्रत्येक घड्याळामागे साधारण दोनशे रुपये असायचा. म्हणजे ते घड्याळ मुंबई बंदरावर उतरायचं तेव्हा त्याची किंमत साडेतीन हजार रुपये झालेली असायची. साधारण भारतात ते घड्याळ वैध मार्गाने विकायचे असेल तर दोनशे टक्के आयात शुल्क भरावं लागायचं. म्हणजे सात हजार रुपये केवळ आयात शुल्कापोटी जायचे. म्हणजे आयात शुल्क भरल्यानंतर त्या घड्याळाची किंमत साडेदहा हजार झालेली असायची. त्याखेरीज ते घड्याळ शोरूमपर्यंत पोहोचवण्याचा रहदारी खर्च, जकात, विक्रीकर हे सर्व मिळून साधारण हजार रुपये खर्च व्हायचे. म्हणजे शोरूममध्ये ते घड्याळ जाई तेव्हाच त्याची किंमत साडेअकरा हजार रुपये झालेली असे. त्याखेरीज शोरूमचा एअरकंडिशनर आणि इतर विजेचा खर्च, नोकरांचा पगार, जागेचं भाडं यासाठी साधारणपणे शोरूम प्रत्येक घड्याळामागे हजार रुपये खर्च पकडत असे. त्यामुळे शोरूमसाठी त्या घड्याळाची किंमत साडेअकरा हजार झालेली असे. त्यामध्ये 'इम्पोर्टेड वस्तू' म्हणून आपला विशेष फायदा घेऊन शोरूम ते घड्याळ बावीस हजारांपासून ते तीस हजारांपर्यंत विकत असे. शोरूममधून त्या प्रकारची घड्याळे घेणारा ग्राहक हा अतिश्रीमंत वर्गातला असल्यामुळे त्याच्या आवडीच्या घड्याळासाठी ती किंमत तो आनंदाने देत असे.

तस्करी करून अवैध मार्गाने विकण्यासाठी जो माल पाठवला जायचा, त्याचा विमासुद्धा उतरवला जायचा नाही. म्हणजे ते घड्याळ जेव्हा मुंबई बंदरावर उतरायचं तेव्हा त्याची किंमत, घड्याळाची खरेदी तीन हजार रुपये आणि वाहतूक खर्च तीनशे

रुपये अशी तीन हजार तीनशे रुपये असे. त्यानंतर त्यावर आयात शुल्क किंवा अन्य कोणतेही कर भरले जायचे नाहीत. यामध्ये सरकारी अधिकाऱ्यांचं सहकार्य मिळावं, यासाठी काही रक्कम खर्च केली जायची. तो खर्च साधारणपणे प्रत्येक घड्याळामागे सातशे ते आठशे रुपये मानला जायचा. त्यामुळे अवैध मार्गाने आयात करणाऱ्याला तेच घड्याळ साधारण चार हजार रुपयांना पडे. तो आयातदार म्हणजे तस्कर प्रत्येक घड्याळमागे स्वत:चा किमान शंभर टक्के फायदा ठेवून अवैध मार्गाने विक्री करणाऱ्या दुकानदारांना ते घड्याळ साधारण आठ ते नऊ हजारांना विकायचा. यापैकी बहुतेक दुकानं म्हणजे अनधिकृत खोकी किंवा गाळे असायचे. त्यांना या मालावर कोणतीही जकात, विक्रीकर किंवा अन्य कोणताही कर भरावा लागायचा नाही. त्यांना मेन्टेनन्सचा खर्चसुद्धा नसायचा किंवा असलाच तर नाममात्र असायचा. ते दुकानदार बारा ते पंधरा हजारापर्यंत ते घड्याळ विकून भरपूर नफा कमवायचे. ज्यांना इम्पोर्टेड वस्तू वापरायची हौस आहे, पण आयात शुल्क भरून आलेल्या परदेशी वस्तू घ्यायला परवडत नाही, अशा मध्यमवर्गीय पण शौकीन ग्राहकांच्या या स्मगल्ड मालावर उड्या पडत असत.

मोहनने दिलेल्या छोट्या खोक्यात स्वित्झर्लंडमध्ये बनलेली एका फार मोठ्या ब्रॅन्डची अत्यंत महागडी सहा घड्याळं होती. भारतासह भारताच्या अधिकृत बाजारात त्यातलं प्रत्येक घड्याळ तीस हजारच्या आसपास विकलं जात होतं. त्या सर्व घड्याळांची किंमत एक लाख ऐंशी हजार होत होती. पण चोरबाजारात त्यांना मूळ किमतीच्या दहा टक्क्यांपेक्षाही कमी रक्कम मिळाली होती.

दोन-तीन दिवसांनी संध्याकाळी यशवंत, रत्नाकर आणि मोहनला भेटायला गेला. "तुम्ही पुन्हा जर असाच खोका आणलात तर विकायची जबाबदारी मी घेतो," असं त्यानं त्या दोघांना सांगितलं. "आम्ही तसा प्रयत्न करतो," असं ते म्हणाले. त्यानंतर चार-पाच दिवसांतच यशवंतला घेऊन ते मागच्याच खोलीवर गेले. त्यांनी यशवंतच्या हातात मागच्यासारखाच खोका ठेवला. त्या खोक्यामध्ये मागच्याच ब्रॅन्डची सहा घड्याळं होती. यशवंतने ती घड्याळं घेतली आणि तो तिथून बाहेर पडला.

या वेळी तो चोरबाजारात गेला नाही. धारावीतल्या एका तस्करीचा माल विकणाऱ्या दुकानात गेला. ते दुकान म्हणजे एक छोटा गाळा होता. मालकाला बाजूला घेऊन त्यानं "माझ्याकडे स्मगल्ड इम्पोर्टेड घड्याळं आहेत. ती मला विकायची आहेत," असं सांगितलं. मालकाने क्षणभर त्याच्याकडे पाहिलं. तो त्याला दुकानाच्या मागच्या बाजूच्या एका छोट्या खोलीत घेऊन गेला.

"दाखव." मालकाने सांगितलं.

यशवंतने एक घड्याळ त्याच्यासमोर ठेवलं. मालकाने ते घड्याळ बराच वेळ

वेगवेगळ्या बाजूने निरखून बघितलं.

"काय किंमत?" मालकाने विचारलं.

हे स्मगल्ड घड्याळ दुकानदारांना आठ हजारात विकलं जातं, हे यशवंताला माहीत होतं.

"सात हजार." यशवंतने सांगितलं.

"इतके? देण्याचा भाव सांग," मालक म्हणाला.

"माझा भाव मी सांगितला आहे. तुम्हाला परवडतो की नाही ते तुम्ही ठरवा." यशवंत म्हणाला. बोलता बोलता त्यानं घड्याळ परत घेतलं.

"किती आहेत?" दुकानदाराने विचारलं.

"सहा." यशवंत म्हणाला.

"दाखव."

यशवंतने सगळी घड्याळं त्याच्यासमोर ठेवली. दुकानदाराने प्रत्येक घड्याळ पहिल्यासारखंच निरखून बघितलं.

"सगळ्यांचे मिळून बेचाळीस हजार होतात.चाळीसमध्ये दे," दुकानदार म्हणाला.

"मी एकदाच फायनल भाव सांगितला आहे," यशवंत ठामपणे म्हणाला.

दुकानदाराने सगळी घड्याळं ठेवून घेतली व यशवंतच्या हातात बेचाळीस हजार रुपये ठेवले.

यशवंत सरळ रत्नाकर आणि मोहनला भेटायला गेला. ते त्याची वाटच पाहत होते. यशवंतने त्या दोघांच्या हातात प्रत्येकी दहा हजार रुपये ठेवले. इतके पैसे बघून त्यांना धक्काच बसला.

"एवढे कसे मिळाले? आम्हाला खूपच कमी मिळतात," रत्नाकर म्हणाला.

यशवंत शांतपणे हसला. त्यांना मिळालेल्या पैशामधला फरक हा 'चोरी' आणि 'तस्करी'मधला फरक आहे, हे यशवंतला कळलं होतं.

"पुढचा खोका आणशील तेव्हा सुद्धा एवढे मिळतील," यशवंत आत्मविश्वासाने म्हणाला.

पैसे बघून रत्नाकर आणि मोहन खूश झाले होते. एवढ्या पैशात ते तीन दिवस 'डान्सबार'मध्ये जाऊ शकणार होते.

तस्करीचा परदेशी माल विकणं हा हमखास आणि भरपूर पैसे देणारा मार्ग आहे, हे यशवंताला चांगलंच कळून चुकलं होतं. ते तस्करांचा माल चोरत होते. ज्यांचा माल ते चोरत होते, त्या तस्करांच्या लक्षात त्यांची ही चोरी आली तर त्यामध्ये प्रचंड धोका होता. कदाचित जीवसुद्धा गमवावा लागला असता. यशवंत विचार करत होता. त्याला एक विलक्षण कल्पना सुचली.

खोत आणि शेवडे नावाचे दोघेजण 'नगीना'मध्ये येत असत. महिन्यात एखाद्या

वेळीच येत; पण आले की प्रचंड पीत. भरपूर खात. वेटर्सना घसघशीत टीप देत. ते दोघे गोदीमध्ये कारकून किंवा सुपरवायझर किंवा या प्रकारच्या कुठल्या तरी हुद्द्यावर होते.

यशवंतने त्यांचा नंबर मिळवला आणि एके दुपारी त्या मानाने कमी गर्दी असणाऱ्या उडुपी हॉटेलमध्ये त्यांना भेटला. जवळपास दोन तास तो त्यांच्याशी चर्चा करत होता. दुसऱ्या दिवशी त्यानं रत्नाकर आणि मोहनला बोलावलं आणि त्यांना आपली योजना सांगितली.

मुंबईच्या गोदीमध्ये रोज वेगवेगळ्या प्रकारचा शेकडो टन माल रीतसर कर भरून वैध मार्गाने विकण्यासाठी बाहेर पडायचा. माल गोदीत उतरल्यानंतर त्याची रीतसर नोंद केली जायची. त्यानंतर आवश्यक ते कर वगैरे भरल्यानंतर तो माल गोदीवरील गोडाउन्समध्ये पाठवला जायचा. गोदीमध्ये अशी कितीतरी गोडाउन्स होती. गोडाउनमधून तो माल आयातदाराच्या हाती दिला जायचा. तिथून तो विक्रीसाठी बाहेर पडायचा. आयातदाराकडे सोपवल्या जाणाऱ्या मालाची गोदीच्या रजिस्टरमध्ये रीतसर नोंद केली जायची.

यशवंतने आता अशा रीतसर कर भरून वैध मार्गाने विकण्यासाठी आलेल्या मालावर लक्ष केंद्रित करायचं ठरवलं होतं.

कर भरून माल जेव्हा बंदरावरून गोडाउनमध्ये जाऊ लागेल तेव्हा त्या कन्साइन्टन्मेटमधली काही खोकी त्यांना नेमून दिलेल्या गोडाउनमध्ये न ठेवता दुसऱ्याच एखाद्या गोडाउनमध्ये टाकण्याचं हे काम रत्नाकर आणि मोहनने करायचं होतं.

कन्साइन्मेन्ट जेव्हा आयातदाराला दिली जाईल तेव्हा त्यामध्ये एक -दोन खोकी कमी असल्याचं दिसणार होतं. ती खोकी 'हरवली' किंवा 'गहाळ' झाली, असा रिपोर्ट गोडाउनचे सुपरवायझर शेंडगे बनवणार होते. त्या हरवलेल्या खोक्यांची शोधाशोध गोडाउनचे व्यवस्थापक खोत करणार होते. खूप शोध घेऊनसुद्धा ते खोके सापडणार नव्हते. तेव्हा खोत शेंडगेंचा अहवाल मान्य करून त्यावर- 'गहाळ खोकी सापडलेली नाहीत,' असा मान्यतेचा शिक्का मारणार होते. बाजूला काढलेली खोकी काही दिवसांनी 'बेवारस माल' म्हणून गोदीच्या बाहेर काढली जाणार होती. ती ताब्यात घेऊन वेगवेगळ्या दुकानदारांना त्यातील माल विकायची संपूर्ण जबाबदारी यशवंतची असणार होती. प्रत्येक खोक्यामागे शेंडगे आणि खोतांना एक ठरावीक रक्कम मिळणार होती. माल विकून आलेल्या पैशांमध्ये रत्नाकर आणि मोहनचा हिस्सा असणार होता. गहाळ झालेल्या मालाचे पैसे आयातदार विमा कंपनीकडून घेणार होता. आयातदाराला त्याचा माल मुद्दाम गहाळ केला आहे, अशी शंका यायचं काही कारण नव्हतं. विमा एजन्टबरोबरचे त्याचे नियमित संबंध वापरून विमा

कंपनीकडून तो कदाचित गहाळ झालेल्या मालाच्या किमतीपेक्षाही कदाचित थोडी जास्त रक्कम काढू शकला असता. या योजनेमध्ये नुकसान फक्त विमा कंपन्यांचं होतं. पण त्या कंपन्यांचा व्याप एवढा मोठा होता, की आपलं नुकसान होत आहे, हे त्यांच्या लक्षात येण्यासाठीही बराच काळ जावा लागला असता.

या योजनेमुळे तस्करांशी वैर येण्याचा जीवघेणा धोका टळला होता. 'गहाळ माल' रीतसरपणे गोदीबाहेर काढला जात असल्यामुळे ती चोरी ठरत नव्हती, आणि असलीच तरी पोलिसांच्या अखत्यारीत येत नव्हती. त्यामुळे पोलिसांचा ससेमिरा होणार नव्हता. जर प्रत्येक गोष्ट सखोल विचार करून ठरवली आणि प्रत्येक वेळी माल गहाळ करताना तपशीलवार नियोजन करून त्याची अंमलबजावणी केली तर त्यातून अफाट पैसा मिळणार होता.

तसा तो मिळत गेला. इम्पोर्टेड वस्तू विकणारे मुंबईतलेच नव्हे तर सगळ्याच मोठ्या शहरांमधले वितरक आणि दुकानदार यशवंतकडून माल घेऊ लागले. मग यशवंतने हुतात्मा चौकात एक छोटा गाळा घेऊन स्वत: घड्याळं आणि इलेक्ट्रॉनिक वस्तू थेट ग्राहकांना विकण्यासाठी 'गोदा सेल्स' नावाचं दुकान सुरू केलं. विनायक नावाचा एक तरुण यशवंतच्या एका वितरकाकडे काम करायचा. यशवंतला तो मेहनती आणि प्रामाणिक मुलगा वाटला. त्यानं त्या दुकानाचा मालक म्हणून कागदोपत्री विनायकचं नाव टाकलं. छोट्या खोक्यात सुरू झालेल्या 'गोदा सेल्स'चं एका अद्ययावत शोरूममध्ये रूपांतर झालं. हळूहळू संपूर्ण मुंबईभर त्याच्या शाखा सुरू झाल्या. अवैध मार्गाने आलेल्या पैशाचा काही हिस्सा 'गोदा सेल्स'मुळे वैध होत राहिला आणि यशवंतची भरभराट सुरू झाली.

त्याच सुमारास एके दिवशी तात्या वारले. नेहमीप्रमाणे रात्री जेवून झोपले. पहाटे आई चहा देण्यासाठी त्यांना उठवायला गेली, तेव्हा त्यांनी काहीच प्रतिसाद दिला नाही. आईला शंका आली. तिनं यशवंताला उठवलं. त्यानं ताबडतोब डॉक्टरांना बोलावून घेतलं; पण काही उपयोग झाला नाही. दुपारी अंत्यसंस्कार झाले. भेटायला आलेली माणसं संध्याकाळपर्यंत पांगली. रात्री घरात यशवंत आणि आई दोघेच उरले. तात्यांच्या आठवणी यशवंतच्या मनात दाटून आल्या होत्या. यशवंतने शिकावं, कुठेतरी मोठा नोकरदार व्हावं, अशी त्यांची खूप इच्छा होती. ते त्यासाठी आपल्यापरीने प्रयत्न करत होते. पण अचानक कुठेतरी परिस्थिती त्यांच्या हाताबाहेर गेली. आई यशवंतकडे पाहत होती. तिला आपल्या मुलाची मन:स्थिती कळत होती. तिने एका थाळीत चटणी आणि भाकरी काढली.ती यशवंतकडे आली व म्हणाली, की 'सकाळपासून उपाशी आहेस. थोडं खाऊन घे बाळा.' असं म्हणून तिने थाळी यशवंतसमोर ठेवली व ती त्याच्या शेजारी बसली.

यशवंतकडे पाहत ती म्हणाली, "तुझे तात्या हा फार चांगला माणूस होता."

यशवंतनं तिच्याकडे पाहिलं.

ती पुढे म्हणाली, "पण त्यांचं काळीज सशाचं होतं. एकदा ढासळून पडल्यावर पुन्हा उठण्याची हिंमत नव्हती त्यांच्यात. त्यांचा खोका जळाला तेव्हाच मनातून मेले ते; पुढचं सगळं आयुष्य ओझ्यागत ओढत राहिले."

यशवंत तिच्याकडे पाहत होता.

"कधी हिंमत सोडू नको येशा. आयुष्य म्हणजे बोजा वाटायला लागलं तर ते डोस्क्यावर घेऊन कुढत बसायचं नाही. त्याचं बोचकं बांधायचं, खांद्यावर टाकायचं आणि पुढं चालू पडायचं. हे तात्यांना जमलं नाही, एवढीच त्यांची चूक होती," आई म्हणाली.

यशवंतचे डोळे भरून आले. आईनं त्याचा हात आपल्या हातात घेतला. यशवंतचे डोळे वाहू लागले. आपल्या डोळ्यांत या वेळी पाण्याचा एक थेंबसुद्धा येऊ नये, यासाठी आटोकाट प्रयत्न करत आई कोरड्या डोळ्यांनी यशवंतकडे पाहत राहिली.

तात्या गेल्याचं कळल्यावर एक दिवस सुधीर यशवंतला भेटून गेला. तो संघटनेच्या काही कार्यकर्त्यांबरोबर परळला एका फ्लॅटमध्ये राहत होता. रेगेसाहेबांच्या मार्गदर्शनाखाली संघटनेसाठी काम करत होता. रेगेसाहेब आणि संघटनेचे प्रमुखही सुधीरच्या काम करण्याच्या पद्धतीवर खूश होते. ते त्याला संघटनेची अधिकाधिक महत्त्वाची कामं द्यायला लागले होते. परळ विभागात तो बरीच लोकोपयोगी कामं पुढाकार घेऊन करत होता. एक सक्षम कार्यकर्ता अशी त्याची प्रतिमा लोकांमध्ये तयार होऊ लागली होती. यशवंतालाही त्याला भेटून बरं वाटलं.

आता यशवंतने येणारा पैसा अधिक वाढविण्यासाठी आणि तो टिकवण्यासाठी विचारपूर्वक आणि दूरदृष्टीने पावलं टाकायला सुरुवात केली. कळीच्या सरकारी अधिकाऱ्यांशी त्यानं जवळचे संबंध निर्माण केले. सरकारी यंत्रणेकडून त्याला संपूर्ण सहकार्य मिळत राहिलं. संबंधित अधिकाऱ्यांना तो त्यांच्या सहकार्याचा मोबदला भरपूर आणि वेळेवर देत राहिला. स्मगलिंगचा माल विकणाऱ्या सर्व वितरकांशी आणि दुकानदारांशी त्यानं वैयक्तिक संबंध निर्माण केले. ग्राहकांच्या इम्पोर्टेड वस्तूंच्या आवडीनिवडीची आणि त्यांच्या बदलत्या कलांची, रुचीची अद्ययावत माहिती तो मिळवत राहिला. त्यांच्या आवडीचा माल आयात होत राहील, याकडे कटाक्षाने लक्ष पुरवू लागला. देशात अवैध रीतीने आलेल्या मालाच्या वितरणात आणि विक्रीत यशवंतचं अत्यंत महत्त्वाचं स्थान निर्माण झालं.

त्याच सुमारास एकेदिवशी यशवंताला महेशकाका चौगुलेंचा निरोप आला. महेशकाकाने यशवंतला भेटायला बोलावलं होतं. महेश चौगुले मुंबईमधला एक

प्रमुख तस्कर होता. तस्करांच्या वर्तुळात तो 'महेशकाका' या नावाने प्रसिद्ध होता. तो विशेषत: सोन्याची तस्करी करायचा. काही देशांतून तस्करीच्या मार्गाने तो सोने भारतात आणायचा. त्याचं सोनं प्रामुख्याने कोकण किनारपट्टीवर श्रीवर्धन - वेंगुर्ला भागांत उतरायचं. नंतर तो ते सोनं भारतभर पसरलेल्या त्याच्या वितरकांना विकत असे. ते वितरक पुढे ते सोनं सोनार किंवा अन्य दागिने बनवणाऱ्यांना विकत. या मार्गाने 'महेशकाका'ने अफाट पैसे कमावले होते. दुबईपर्यंत त्याचे जवळचे संबंध होते.

यशवंत 'महेशकाका'ला भेटायला त्याच्या चेंबूरच्या बंगल्यावर गेला. 'महेश काका'ने त्याचं आपुलकीने स्वागत केलं. उत्तम आदरातिथ्य केलं. मग त्याला स्वत:च्या खास मीटिंग रूममध्ये घेऊन गेला. त्या वेळी त्या मीटिंग रूममध्ये 'महेशकाका' व त्याचे दोन बंदूकधारी शरीररक्षक आणि यशवंत इतकीच माणसं होती. 'महेशकाका'ने बोलायला सुरुवात केली. त्याचा आवाज गंभीर होता.

"कोकण किनारपट्टीवरून भारतात स्फोटकं आणली जातात. अतिरेकीसुद्धा तिथूनच देशात घुसतात, अशी शंका पोलिसांना आली आहे. ते या भागात धंदा करणाऱ्या सगळ्या तस्करांच्या हात धुऊन मागे लागले आहेत. ते मला हात लावू शकत नाहीत. परंतु माझं सोनं घेणाऱ्या बऱ्याचशा वितरकांना पोलिसांनी उचललं आहे," महेशकाका बोलत होता.

त्यानं आपल्याला का बोलावलं आहे, याचा बरोबर अंदाज यशवंतला आला.

तो चेहऱ्यावर कोणतेही भाव न दाखवता 'महेशकाका'चं बोलणं ऐकत राहिला.

"मागच्या दोन कन्साइन्मेन्टमधून आलेलं सोनं माझ्याकडे पडून आहे. तुझ्याकडे तस्करीच्या वस्तू विकणाऱ्या वितरकांचं जाळं आहे. तू त्यांच्यामार्फत माझं सोनं बाजारात पोहोचवावंस असं मला वाटतं," 'महेशकाका' थेट मुद्द्यावर येत म्हणाला.

यशवंतचा तर्क बरोबर ठरला होता. तो काही न बोलता स्वत:शीच विचार करत शांतपणे बसून राहिला.

"यासाठी मी तुला माझ्या सोन्याच्या तस्करीच्या धंद्यामध्ये दहा टक्के भागीदारी द्यायला तयार आहे." तो काहीच बोलत नाही, हे पाहून 'महेशकाका' म्हणाला.

'महेशकाका' बरोबर भागीदारी ही फार मोठी गोष्ट होती. तो आपल्याला फार मोठी ऑफर देतोय, हे यशवंतच्या लक्षात आलं. जर 'महेशकाका'चं काम करण्यात यश मिळालं तर यशवंत पाहता पाहता करोडो रुपये कमवू शकणार होता. एवढी मोठी ऑफर 'महेशकाका' का देतोय, हेसुद्धा यशवंतच्या लक्षात आलं. सोन्याला ग्राहकांकडून प्रचंड मागणी होती; परंतु वितरक नसल्यामुळे सोनं ग्राहकांपर्यंत पोचत नव्हतं. 'महेशकाका'चे पैसे अडकून पडले होते. त्याखेरीज तस्करी करून आणलेलं सोनं पडून राहिलं तर 'महेशकाका'साठी फार मोठा धोका होता. म्हणूनच जर आपण

ठामपणे मागितलं तर तो दहा टक्क्यांऐवजी बारा किंवा पंधरा टक्केसुद्धा भागीदारी देईल, हे यशवंतच्या लक्षात आलं. तो शांत बसून राहिला.

मग सावकाश म्हणाला, ''मला तुझ्या धंद्यात भागीदारी नको.''

महेशकाकाचा आपण काय ऐकलं यावर विश्वास बसला नाही. तो यशवंतकडे डोळे विस्फारून पाहत राहिला.

''म्हणजे तू माझ्यासाठी काम करणार नाहीस?'' त्यानं विचारलं.

''मी तुझं काम नक्की करेन; पण मला भागीदारी नको.'' यशवंत म्हणाला.

''मग तुला काय हवंय?'' महेशकाकानं काहीशा शांत आवाजात विचारलं.

''तुझा धंदा तूच सांभाळ. तुझ्या सोन्यापैकी जितक्या रकमेचा माल मी विकेन, त्या रकमेतून मला बारा टक्के कमिशन दे,'' यशवंत म्हणाला.

यामध्ये महेशकाकाला यशवंताला भागीदारीपेक्षा खूपच कमी रक्कम द्यावी लागणार होती. महेशकाकाला हा असा सौदा का करतो आहे, ते समजलं नाही; पण त्यात आपलाच फायदाच आहे, हे महेशकाकाला दिसत होतं.

''मला मान्य आहे,'' महेशकाकाने सांगितलं.

दोघेही उठून उभे राहिले. त्यांनी हस्तांदोलन केलं. यशवंत तिथून बाहेर पडला.

भागीदारी नाकारून यशवंतने त्याबरोबर येणारा पोलिसांचा, सागरी गस्त पथकाचा त्रास टाळला होता. सोन्याची तस्करी करणाऱ्या इतर टोळ्यांशी त्याचं वैर होणार नव्हतं. काकाचा माल विकून त्याला भरपूर पैसे मिळणार होते. त्याची काकांशी कोणतीही व्यावसायिक बांधिलकी राहणार नव्हती. इतर तस्करांनी आणलेलं सोनंसुद्धा तो आपल्या वितरकांकडून विकायला मोकळा होता. त्याबद्दल इतर टोळ्यांकडूनही त्याला भरपूर पैसे मिळणार होते. यशवंतने कमीत कमी धोक्याचा आणि जास्तीत जास्त फायद्याचा सौदा केला होता.

सोन्याची तस्करी हा सर्वांत कमी वेळात आणि सर्वांत जास्त पैसे मिळवून देणारा धंदा आहे. यशवंत त्याचा अनुभव घेऊ लागला. अवैध मार्गाने आलेल्या सोन्याचा काही भाग वैध मार्गाने विकण्यासाठी, त्याचबरोबर अवैध मार्गाने मिळत असलेला अफाट पैसा वैध करून घेण्याचा एक मार्ग म्हणून यशवंतने 'यश ज्वेलर्स' नावाची एक सोन्याचे दागिने घडवून विकणारी कंपनी सुरू केली. भद्रेश जैन हा तरुण सोन्याचे दागिने विकणाऱ्या एका सराफाच्या दुकानात दागिने बनवण्याचं काम करत होता. तो सराफ यशवंतकडून सोनं घ्यायचा. त्या वेळी भद्रेश जैन यशवंतच्या संपर्कात आला होता. भद्रेश दागिन्यांची नवनवी डिझाइन्स बनवण्यात वाकबगार होता. व्यवहाराची त्याला उत्तम समज होती. स्वभावत: तो थोडासा मवाळ, पण प्रामाणिक होता. यशवंतने 'यश ज्वेलर्स'चा प्रमुख म्हणून कागदोपत्री भद्रेश जैनची नोंद केली. कंपनीच्या दैनंदिन व्यवहाराची जबाबदारीही भद्रेशवर सोपवण्यात आली.

कंपनीवर नियंत्रण आणि सर्व नियोजन अप्रत्यक्षपणे अर्थातच यशवंतचं असणार होतं.

'यश ज्वेलर्स' उत्तम चालायला लागली. आधी मुंबईत आणि नंतर देशातल्या सगळ्याच मेट्रो शहरांमध्ये 'यश ज्वेलर्स'च्या शाखा सुरू झाल्या. यश ज्वेलर्सचा मूळ उद्देश अवैध मार्गाने आलेले पैसे वैध करून घेणं हा होता. पण अल्पावधीतच यश ज्वेलर्स स्वत:च प्रचंड नफा कमवणारी कंपनी बनली. आलेला प्रचंड पैसा यशवंत वेगवेगळ्या धंद्यांत गुंतवत राहिला. यशवंतचं नियोजन, कौशल्य आणि योग्य माणसांची अचूक पारख करण्याची क्षमता यामुळे त्यानं जी कंपनी सुरू केली, ती प्रत्येक कंपनी प्रचंड यशस्वी होत गेली.

काही वर्षांपूर्वी जेव्हा सुधीर संघटनेकडून नगरसेवक म्हणून पहिल्यांदाच निवडून आला, त्या वेळी परळमध्ये एक छोटा प्लॉट दोन भावांच्या भांडणात अडकून होता. त्यापैकी एका भावाने सुधीरला भांडणात मध्यस्थी करून ती जागा स्वत:ला द्यायला सांगितली. सुधीरने दोन भावांना आपल्या कार्यालयात बोलावून घेतलं. जागेची किंमत ठरवली. स्वत: ती जागा विकत घेतली. खरेदीपत्रावर दोन्ही भावांना सह्या करायला लावल्या. जागेची रक्कम दोन भावांमध्ये वाटून दिली. जर आपण आपलं भांडण मिटवून स्वत:च जागा विकली असती तर आपल्या दोघांनाही कितीतरी जास्त रक्कम मिळाली असती, हे त्या भावांच्या लक्षात आलं. पण तोपर्यंत वेळ निघून गेली होती.

त्या वेळी मुंबईत मॉल उभे राहायला नुकतीच सुरुवात झाली होती. आपलाही असाच एक मॉल असावा, असं सुधीरला वाटत होतं. त्यासंदर्भात सुधीरनं यशवंतशी चर्चा केली. यशवंतने त्याला एक कन्स्ट्रक्शन कंपनी सुरू करण्याचा सल्ला दिला. सुधीरने यशवंतलाच ती जबाबदारी घेण्याची विनंती केली. या कंपनीला लागणारं सर्व भांडवल सुधीर पुरवणार होता. यशवंतने 'डायमंड कन्स्ट्रक्शन्स' ही कंपनी सुरू केली. या कंपनीची कागदोपत्री जबाबदारी यशवंतने गोदीमध्ये कम्पाउंडवॉल, स्वच्छतागृह यांसारखी छोटी-मोठी कामं करणाऱ्या पांडुरंग मोहिते नावाच्या तरुणावर सोपवली. सुधीरने लागेल तितका पैसा पुरवला. स्वत:चे राजकीय संबंध वापरून बांधकामासाठी आवश्यक असणाऱ्या सर्व परवानग्या मिळवून दिल्या. यशवंत सर्व कामाचं योग्य आणि प्रत्येक टप्प्यावर उत्कृष्ट नियोजन करून पांडुरंगला आवश्यक तिथे मार्गदर्शन करत राहिला. पांडुरंग आपल्या कामात चोख होता. 'डायमंड मॉल' विक्रमी वेळात बांधून उभा राहिला. त्यातून फार मोठा पैसा आला. या पैशाचा हिशेब दाखवता येणार होता, ही सुधीरसाठी विशेष आनंदाची बाब होती.

त्यानंतर सुधीर वेगवेगळ्या प्रकारे जागा मिळवत राहिला. त्यांची कागदपत्रं,

त्यावर बिल्डिंग उभी करण्यासाठी गुंतवावे लागणारे पैसे यशवंतकडे देत राहिला. 'डायमंड बिल्डर्स' परळ, दादरपासून भांडुप बोरिवलीपर्यंत मॉल, हाउसिंग सोसायटीज, कमर्शियल कॉम्प्लेक्स उभे करत गेली. यशवंतची धंद्यांची योग्य निवड, धंदा उभा करून तो यशस्वीपणे चालवण्यासाठी लागणारं तपशीलवार नियोजन, धंद्याची जबाबदारी सांभाळण्यासाठी लोकांची अचूक पारख, याची राजकीय आणि गुन्हेगारी वर्तुळात आदरानं चर्चा व्हायला लागली. विशेषत: अवैध मार्गाने मिळवलेला पैसा वैध धंद्यात गुंतवून तो वैध करून घेण्याच्या यशवंतच्या कौशल्याचं राजकीय नेत्यांना फारच कौतुक वाटू लागलं. त्याच्या विश्वासार्हतेची खात्री करून घेतल्यावर इतरही काही राजकीय नेत्यांनी आपला पैसा यशवंतकडे गुंतवण्यासाठी द्यायला सुरुवात केली. यशवंत ते पैसे योग्य त्या धंद्यांमध्ये गुंतवायला लागला. प्रत्येक गुंतवणूकदाराबरोबर तो त्या गुंतवणूकदाराच्या सर्व व्यवहारासंबंधी संपूर्ण पारदर्शकता ठेवत असे. यशवंतच्या धंदा चालवण्यातल्या कौशल्यामुळे त्यांना त्यांचे पैसे दामदुपटीने आणि तेसुद्धा वैध करून परत मिळू लागले. गुंतवण्यासाठी यशवंतकडे पैसे देणाऱ्या लोकांची संख्या वाढतच राहिली. त्या गुंतवणूकदारांमध्ये अर्थातच राजकारणी नेते, काही प्रशासकीय अधिकारी आणि गुन्हेगारी विश्वातले मोठे तस्कर हेच होते.

त्यानं वरळीला श्रीमंत वस्तीत एक प्लॉट घेतला. तिथे दोनमजली टुमदार बंगला बांधला. आईसह तो तिथे राहायला लागला. त्या बंगल्यावर राजकीय नेते, उद्योगपती, सर्वोच्च पातळीवरचे प्रशासकीय अधिकारी, चित्रपट अभिनेते सर्वांचाच राबता असायचा. त्या सर्वांशीच त्याचे आर्थिक व्यवहार होते. ते सर्वच यशवंतच्या आर्थिक व्यवहारांवर समाधानी होते. त्यामुळेच यशवंतचं सामर्थ्यही वाढत चाललं होतं. तो एक स्वतंत्र सत्ताकेंद्र बनला होता. यशवंताला आपल्या या सामर्थ्याची पूर्ण जाणीव होती. कष्टाने आणि हुशारीने मिळवलेल्या या स्थानाचा त्याला अभिमान होता. पण त्याचं हे स्थान हे दुधारी शस्त्र आहे, हे त्याला माहीत होतं. कुठे चूक झाली तर हा पैसा, हे सामर्थ्य पाहता पाहता नाहीसं होऊ शकेल, कदाचित आपला जीवसुद्धा गमवावा लागेल, याची त्याला पूर्ण जाणीव होती. म्हणूनच आपल्याकडून कोणतीही चूक होऊ नये, याबाबत तो कायमच अतिशय दक्ष राहायचा. त्यानं स्वत:वर काही नियम घालून घेतले होते आणि त्या नियमांचं तो काटेकोरपणे पालन करत होता.

त्याच्याशी आर्थिक व्यवहार असणारी बहुतेक सर्वच माणसे त्याच्याकडे अधूनमधून जेवायला यायची. कधीकधी त्यातल्या वेगवेगळ्या लोकांसाठी तो मेजवानी आयोजित करायचा. बऱ्याच वेळा त्या लोकांना यशवंतशी खासगी चर्चा करायच्या असत. अशावेळी यशवंत त्यांना खास वैयक्तिक मेजवानीसाठी बोलवायचा. अशा प्रकारच्या मेजवान्यांमध्ये उत्तम प्रकारचं मद्य असायचं. सार्वजनिक ठिकाणी मद्यपान न करणारे

पाहुणे, या पाहुण्यांमध्ये विशेषत: राजकीय नेते असत, यशवंतकडे मोकळेपणाने मद्यपान करायचे. यशवंतनं स्वत: मात्र कधीच दारूला स्पर्शही केला नव्हता. सुरुवातीला त्याचे पाहुणे किंवा सहकारी त्याला कंपनी देण्याचा आग्रह धरत, पण तो ठाम नकार देत असे. पुढे त्याला आग्रह करण्याचं पाहुण्यांनी सोडून दिलं.

यशवंतने आता चाळिशी ओलांडली होती, तरीही अजूनही तो रोज व्यायाम करायचा. त्याचं शरीर कमावलेलं होतं. चेहरा सावळा असला तरी तरतरीत होता. त्याच्या व्यक्तिमत्त्वात एक आकर्षक भारदस्तपणा आला होता. त्याच्या संपर्कात आलेल्या स्त्रिया त्याच्यावर भाळायच्या. यशवंताला याची जाणीव होती. त्याचे कित्येक स्त्रियांशी संबध आले होते. त्यामध्ये बॉलिवूड, मॉडेलिंग, फॅशन या क्षेत्रांत यशस्वी होऊ पाहणाऱ्याच नव्हे तर यशस्वी झालेल्या स्त्रिया, काही राजकारणी नेत्या, कॉर्पोरेट वर्ल्डमधल्या एक दोघी जणी तर काही उद्योगपतींच्या बायकांचाही समावेश होता. पण यशवंत कुणामध्ये गुंतला नव्हता. त्यानं स्वत:ला कुणामध्ये गुंतू दिलं नव्हतं. त्याचे स्त्रियांशी संबंध हे मोजक्या वेळचे शारीरिक संबंध, आर्थिक व्यवहार दृढ करण्यासाठी केलेली शारीरिक जवळीक किंवा शारीरिक ओढीतून निर्माण झालेलं अल्पकाळचं अफेअर एवढ्या पुरतेच मर्यादित होते. जर कुणी स्त्री त्यांच्यामध्ये गुंतायला लागली तर तो तिला कौशल्याने हळुवारपणे तर कधी कठोरपणे दूर करायचा.

यशवंतच्या जीवनावर कायमच असुरक्षिततेचं एक सावट आहे, हे त्याला माहीत होतं. त्यानं लग्न केलं तर बायको आणि मुलांनासुद्धा याच असुरक्षिततेच्या सावटाखाली राहावं लागणार, याची त्याला पूर्ण कल्पना होती. म्हणूनच त्यानं प्रेम, लग्न यांसारख्या कुठल्याही नाजूक भावनेला त्याच्या मनात थारा दिला नव्हता; पण मीना भेटल्यानंतर आपल्यात फरक पडतो आहे, असं यशवंतला वाटू लागलं होतं. मीना जोशी ही आर्किटेक्ट होती. एका समारंभात कुणीतरी यशवंतची तिच्याशी ओळख करून दिली होती. अनेक प्रसिद्ध इमारतींचं आर्किटेक्चर तिने केलं होतं. तिची पार्श्वभूमी सामान्य मध्यमवर्गीय असावी. पण स्वत:च्या व्यावसायिक ज्ञानावर ती आज मुंबईतली आघाडीची आर्किटेक्ट बनली होती. तिचं वाचन उत्तम होतं. नाटक, सिनेमा, संगीतापासून राजकारण आणि आंतरराष्ट्रीय व्यापारापर्यंत सर्वच विषयांमध्ये तिला गती होती. या साध्या सरळ स्वभावाच्या बोलक्या मुलीबरोबर वेळ घालवायला यशवंतला आवडू लागलं. एकदा ती यशवंतच्या ऑफिसमध्ये आली असताना यशवंत तिला आपल्या आईला भेटायला घेऊन गेला. आईबरोबरही तिच्या गप्पा रंगल्या. जवळपास तासभर ते तिघे एकत्र होते.

दुसऱ्या दिवशी सकाळी यशवंत आणि आई नाश्ता करत होते. तेव्हा आई म्हणाली, ''ही मीना मोकळ्या मनाची आणि विचारी मुलगी आहे.''

"होय आई. ती तिचा व्यवसाय उत्तम करते आहे," यशवंत म्हणाला.

"तू तिच्याबाबतीत लग्नाचा विचार करायला हरकत नाही यशवंत," आई म्हणाली.

यशवंत क्षणभर गप्प झाला. मग म्हणाला, "तसा काही विचार माझ्या मनात नाही आई." आईने यशवंतकडे रोखून पाहिलं आणि ती सावकाश म्हणाली,

"यशवंत, तुला कितीतरी स्त्रिया, मुली भेटत असतात. आत्तापर्यंत एकीला तरी तू मला भेटायला आणलं आहेस? हिला आणलंस याचा अर्थ तुझ्या मनात काही विचार चालू आहे. बऱ्याच वेळा आपल्याच मनातल्या अशा गोष्टी आपल्याला सुद्धा उशिरा कळतात."

यशवंत काहीच बोलला नाही.

त्यानंतर मीना आईला थेट भेटू लागली. त्या दोघी फोनवरून सुद्धा गप्पा मारत. त्याच सुमारास मीनाने पार्ल्याला नवा फ्लॅट घेतला. आपल्या आई - वडिलांबरोबर ती त्या फ्लॅटमध्ये राहायला जाणार होती. त्यानिमित्तानं तिने त्या फ्लॅटमध्ये सत्यनारायणाची पूजा ठेवली होती. संध्याकाळी तीर्थप्रसादाला तिने यशवंतला फोनवरून निमंत्रण दिलं. यशवंतच्या आईला निमंत्रण देण्यासाठी ती स्वत: यशवंतच्या घरी आली. आईच्या खोलीत जाऊन तिने आईला आग्रहाचं निमंत्रण दिलं. बराच वेळ बसून आईशी गप्पा मारल्या. जाताना आईला पूजेसाठी येण्याचा पुन्हा जोरदार आग्रह केला. आईनेसुद्धा येण्याचं आनंदानं मान्य केलं.

यशवंत गेल्या काही वर्षांत कुणाच्या घरी कुठल्या खाजगी समारंभासाठी गेला नव्हता. यशवंत भोवती असणाऱ्या सुरक्षा रक्षकांच्या ताफ्यामुळे समारंभाचे यजमान आणि इतर पाहुणे अस्वस्थ होत, त्यामुळे मग यशवंतला सुद्धा अवघडल्यासारखं वाटे. पण आईनं मीनाच्या घरी जाण्याचं, ते सुद्धा यशवंतला बरोबर घेऊन जाण्याचं, ठरवून टाकलं असल्यामुळे यशवंतचा नाईलाज होता. त्या संध्याकाळी तो आणि आई घराबाहेर पडले. यशवंतने आपल्याबरोबर फक्त दोनच सुरक्षारक्षक घेतले होते. ते सुद्धा साध्या कपड्यांत होते. गाडी मीनाच्या बिल्डिंगजवळ थांबली. ती मध्यम किंवा उच्च मध्यमवर्गीय वसाहतीत नव्याने बांधलेली चार मजली इमारत होती. मीनाचा फ्लॅट चौथ्या मजल्यावर होता. एका सुरक्षा रक्षकाला त्याने इमारतीच्या बाहेर उतरवलं. तो सुरक्षा रक्षक आता इमारतीच्या समोरच्या रस्त्यावर उभा राहणार होता. दुसरा सुरक्षा रक्षक लिफ्टकडे धावला. त्याने लिफ्ट उघडून धरली. आई आणि यशवंत लिफ्टमध्ये गेल्यावर त्यांच्या पाठोपाठ तो सुद्धा लिफ्टमध्ये शिरला. लिफ्ट चौथ्या मजल्यावर थांबली. आई आणि यशवंत लिफ्टमधून बाहेर पडले. मीनाच्या फ्लॅटचा दरवाजा उघडा होता. मीनाने यशवंतची गाडी बिल्डींगमध्ये येताना पाहिली

असावी. ती दारातच त्यांची वाट पाहत उभी होती. तिने आईचा हात धरून अतिशय आदराने आईला घरात नेलं. त्यांच्या पाठोपाठ यशवंतसुद्धा घरात शिरला. घराचा दरवाजा बंद झाला. सुरक्षा रक्षक लिफ्टमधून खाली तळमजल्यावर आला. तो आता लिफ्टच्या दाराशी उभा राहणार होता.

मीनाचा फ्लॅट तीन बेडरूम, हॉल आणि किचनचा आटोपशीर फ्लॅट होता. एक बेडरूम मीनाच्या आई-बाबांसाठी होती. एक बेडरूम मीनाची होती तर तिसऱ्या बेडरूममध्ये मीनाने स्वत:ची अभ्यासिका बनवली होती. त्या अभ्यासिकेबाहेर एक हवेशीर बाल्कनी होती. त्या बाल्कनीत उभं राहिल्यावर खालचा वाहता रस्ता दिसत होता.

हॉलच्या एका भागात एक सोफा ठेवला होता. त्या सोफ्याच्या दोन्ही बाजूला एक एक कोच होता. दुसऱ्या भागात डायनिंग टेबल होतं. त्याच्या भोवती सहा खुर्च्या होत्या. सोफ्यापासून काही अंतर ठेवून एका भिंतीजवळ चौरंग मांडला होता. त्याशेजारी पूजा साहित्य होतं. त्यावर कलश ठेवून सत्यनारायणाची पूजा केली होती. पूजा काही वेळापूर्वी संपली असावी. हॉलमध्ये फक्त मीनाचे आई-वडील होते. मीनाच्या वडिलांनी पितांबर नेसलं होतं आणि खांद्यावर उपरणं घेतलं होतं. तिच्या आईनी पूजेसाठी म्हणून खास पारंपरिक नऊवारी साडी नेसली होती. मीनानं लाल रंगाची सिल्कची साडी नेसली होती. तिच्या गोऱ्यापान वर्णाला ती शोभून दिसत होती. बाकीची पाहुणे मंडळी येऊन गेली असावीत किंवा कदाचित त्यांनी फारसं कुणाला बोलावलंच नसावं.

मीना यशवंतच्या आईचा हात धरून त्यांना चौरंगासमोर घेऊन आली. आईंनी देवाला मनोभावे नमस्कार केला. पाठोपाठ यशवंतने सुद्धा नमस्कार केला. मीनाच्या बाबांनी यशवंतच्या आईच्या आणि यशवंतच्या हातावर तीर्थ ठेवलं. मीनाच्या आईनी दोघांना प्रसाद दिला. त्यानंतर ते सगळे येऊन कोचावर बसले. मीनाने त्या दोघांची आपल्या आई-बाबांशी ओळख करून दिली.

'बाबा बँकेत मॅनेजर होते. मागच्या वर्षी निवृत्त झाले,' मीना म्हणाली.

मीनाचे आई-वडील दोघेही अतिशय सज्जन आणि सरळ स्वभावाचे दिसत होते. त्यांच्या आयुष्यात ते समाधानी आहेत, हे जाणवत होतं.

यशवंतची आई त्या दोघांकडे पाहत राहिली. मग सावकाश म्हणाली, ''बँकेचा मॅनेजर म्हणजे रुबाबाचं काम. यशवंतच्या वडिलांचं दुकान होतं, तेव्हा कधीतरी बँकेत जावं लागे. तेव्हा तिथले मॅनेजरसाहेब त्यांच्या खोलीत ऐटीत आणि आरामात बसलेले दिसायचे.''

"आरामात बसता येत नाही हो, भरपूर काम असतं," मीनाचे वडील पटकन म्हणाले आणि सगळ्यांनाच हसू आलं.

"यशवंतभाऊंनी एवढ्या कमी वेळात एवढा मोठा उद्योग उभा केला, हे खरंच कौतुकास्पद आहे," मीनाची आई म्हणाली.

क्षणभर शांतता पसरली. मग यशवंतची आई सावकाश म्हणाली, "होय. फार संकटं बघितली पोरानं. कधी संकटाला धोरणानं हूल देत तर कधी जिद्दीनं संकटाच्या डोक्यावर पाय ठेवून, संकटाला जमिनीत गाडून टाकत यशवंत पुढे जात राहिला."

बोलताना तिनं मीनाकडे पाहिलं. मीना यशवंतकडेच पाहत होती. आईनी मग मीनाचा हात हातात घेतला आणि म्हणाली, "तुमच्या मीनानंसुद्धा लहान वयात स्वत:चं ऑफिस केलं. आता घर घेतलं. हुशार आणि खमकी मुलगी आहे ती," यशवंतची आई मीनाकडे पाहत म्हणाली.

"चला तुम्हाला सगळं घर दाखवते," मीनाची आई उठत म्हणाली.

त्यांच्या पाठोपाठ सगळे उठले आणि आतल्या खोल्यांकडे गेले. घरातलं फर्निचर आणि एकूण सजावट सुशिक्षित, महाराष्ट्रीयन मध्यमवर्गीय पद्धतीची होती. ते घर पाहत होते. त्या वास्तूत एक सुसंस्कृतपणा आणि समाधान जाणवत होतं. तिथे राहणाऱ्या माणसांमुळे ते आलं असावं. त्या घरात फिरताना आणि मीनाच्या वडिलांशी बोलताना यशवंतला, आपल्या लहानपणी एक बँक अधिकारी होणं, हे आपलं स्वप्न होतं, याची आठवण होत होती. सगळ्या खोल्या बघून झाल्यावर ते स्वयंपाक घरात आले. तिथे एका भिंतीवर एक लाकडी देव्हारा होता. त्यामध्ये गणपती आणि सरस्वतीच्या छोट्या मूर्ती ठेवल्या होत्या. यशवंतच्या आईनं त्या मूर्तींना नमस्कार केला. देव्हाऱ्यासमोरच एक छोटं टेबल आणि चार खुर्च्या ठेवल्या होत्या.

"मी आता इथेच बसते," असं म्हणत यशवंतची आई एका खुर्चीवर बसली.

"थोडा चहा घेणार का?" मीनाच्या आईनं विचारलं.

"नक्कीच,"यशवंतची आई म्हणाली.

"कसं वाटलं आमचं घर?" मीनाने यशवंतकडे पाहत विचारलं.

यशवंत काहीक्षण मीनाकडे पाहत राहिला. यशवंतची आई यशवंतकडे पाहत होती.

"इथे येऊन खूप बरं वाटलं," यशवंत मीनाकडे पाहत म्हणाला.

मीनाचा चेहरा प्रसन्न झाला. यशवंतच्या आईने मीनाकडे पाहिलं.

"चल, मी तुला माझ्या लायब्ररीतली पुस्तकं दाखवते," मीना यशवंतला म्हणाली.

"तुमचा चहा मी तिकडेच आणते," मीनाच्या आईनं सांगितलं.

मीना आणि यशवंत मीनाच्या अभ्यासिकेत आले. मीनानं यशवंतला तिने पूर्वी कधी काढलेली पेंटिंग्ज दाखवली. तिला अगदी शाळेपासून खेळामध्ये, चित्रकलेत आणि अभ्यासात मिळालेली प्रशस्तीपत्रकं आणि ट्रॉफ्या तिच्या वडिलांनी जपून ठेवल्या होत्या, त्या दाखवल्या. यशवंतने सुद्धा त्या कौतुकानं पहिल्या. नंतर ते दोघे अभ्यासिकेला लागून असलेल्या बाल्कनीत येऊन उभे राहिले. आता अंधार पडू लागला होता. खालचा रस्ता आणि आजूबाजूच्या इमारती लाइट्सनी उजळून निघाल्या होत्या. बाल्कनीत प्रसन्न करणारा वारा येत होता. काही क्षण कुणीच काही बोललं नाही. मग मीना म्हणाली, ''यशवंत तू येशील याची खात्री नव्हती. तू आलास आणि खरोखरच मला फार बरं वाटलं.''

''तू थेट आईलाच निमंत्रण दिलं होतंस. त्यामुळे मला येणं भाग होतं,'' यशवंत किंचितसा हसत म्हणाला.

''नाहीतर तुझी यायची मुळीच इच्छा नव्हती, बरोबर?'' मीनानं किंचित खेळकर स्वरात विचारलं.

यशवंत काही क्षण शांत राहिला मग म्हणाला, ''तुझ्या घरी येऊन, तुझ्या आई-बाबांना भेटून मला मनापासून खूप चांगलं वाटतंय, हे नक्की.''

''तुला इथे येऊन आनंद होणार, याची आईंना खात्री होती म्हणूनच त्या तुला इथे घेऊन आल्या,'' मीना म्हणाली.

''तिनं तुला तसं सांगितलं होतं?'' यशवंतनं विचारलं.

''काही गोष्टी स्पष्टपणे बोलून दाखवायची गरज नसते यशवंत,'' मीना शांतपणे म्हणाली.

यशवंत काहीसा विचारात पडला.

''तू आयुष्यात इतका यशस्वी आहेस, याच्या मागचं खरं कारण तुला माहीत आहे यशवंत?'' मीनाने त्याच्याकडे पाहत विचारलं.

यशवंत काहीसा अस्वस्थ होऊन तिच्याकडे पाहू लागला.

''त्याचं कारण आहे तुझी आई. प्रत्येक क्षणी तुला त्यांचं मार्गदर्शन आणि आधार मिळाला आहे. म्हणूनच तू इथपर्यंत पोहचू शकला आहेस,'' मीना शांतपणे म्हणाली.

यशवंताला तिचं म्हणणं संपूर्णपणे पटलं. त्याने पूर्ण संमती दर्शवत मान डोलावली.

''तुझी आई फार हुशार आणि खमकी स्त्री आहे,'' मीना यशवंतच्या डोळ्यांत पहात पुढे म्हणाली, ''आणि यापुढेही यशस्वी होण्यासाठी आणि सुखी राहण्यासाठी तुला तशाच दुसऱ्या हुशार आणि खमक्या स्त्रीची गरज आहे.''

यशवंत स्तब्ध झाला.

यापूर्वी यशवंतला अनेक स्त्रियांनी अशा प्रकारच्या हिंट्स दिल्या होत्या आणि

त्यानंतर यशवंतने त्या स्त्रियांना आपल्या आयुष्यातून कायमचं दूर केलं होतं. पण मीनाच्या बाबतीत तसं घडू शकत नव्हतं. तिनं यशवंतच्या मनात स्वत:चं स्थान निर्माण केलं होतं. आता सुद्धा मीनानं आईचं त्याच्या नात्याबद्दलचं नेमकं भाष्य करून यशवंतच्या मनातल्या सर्वांत हळव्या कोपऱ्याला स्पर्श केला होता. ती असं भाष्य करू शकली, याचा अर्थ तिनं यशवंतला पूर्ण ओळखलं होतं, हे स्पष्ट होतं. यशवंत काहीच न बोलता फक्त मीनाकडे पाहत राहिला. तेवढ्यात मीनाची आई हातात चहाचे कप घेऊन आली. त्या दोघांनी फारसं काही न बोलता चहा संपवला आणि ते घरात आले. यशवंतची आई आणि मीनाचे आई - बाबा आता हॉलमध्ये बसले होते. मीनाच्या आईंनी त्यांना जेवून जाण्याचा आग्रह केला. पण जेवणाआधी घरच्या देवांची पूजा करण्याचा यशवंतच्या आईचा नियम होता. त्यामुळे त्यांना जेवायला थांबता येणं शक्य नव्हतं. म्हणून सर्वांचा निरोप घेऊन ते घराबाहेर पडले. मीनाचे आई-बाबा आणि मीना त्यांना सोडायला त्याच्याबरोबर लिफ्टमधून खाली आले. यशवंतची गाडी लिफ्टसमोर उभी होती. सुरक्षा रक्षकाने गाडीचा दरवाजा उघडून धरला होता. त्या तिघांचाही निरोप घेऊन यशवंत आणि आई गाडीत बसले. सुरक्षा रक्षक पुढच्या सीटवर बसला. गाडी सावकाश इमारतीच्या फाटकातून बाहेर पडली आणि यशवंतच्या घराच्या दिशेने धावू लागली.

यशवंत आणि आई दोघेही बराच वेळ आपआपल्या विचारात गढल्यासारखे शांत बसून होते.

मग अचानक आई म्हणाली, ''यशवंत, तुझ्यासारख्यानं सोयरीक करताना दोन गोष्टी ध्यानात ठेवाव्यात. एक म्हणजे-मुलीला तुझ्या इस्टेटीत काही रस नाही. तिला तू हवा आहेस... आणि दुसरं म्हणजे-उद्या काही झालं तर... तुझ्यामागे एकटीनं संसार सांभाळून, मुलांना वाढवायची धमक तिच्यात पाहिजे.''

बोलताना एकदम तिचा गळा भरून आला. यशवंतला तिची काळजी जाणवली. क्षणभर तो सुद्धा गप्प झाला. मग आवाजात सहजता आणत म्हणाला, ''आई आपल्याला काहीही होणार नाही. तुला आणि मला अजून खूप जगायचं आहे.''

''तू तुझं बघ. मी खूप जगणार आहे. मी अजून तरुण आहे,'' आईचा आवाज आता नेहमीसारखा झाला होता.

''तरुण आणि देखणी!'' यशवंत खेळकर आवाजात म्हणाला.

आईनं त्याच्याकडे पाहिलं.

''आई, तात्या तुला हेमामालिनी म्हणायचे ना गं?''

आईला काहीतरी आठवलं असावं. तिच्या चेहऱ्यावर एक सुखाची हलकीशी स्मितरेषा आली. ती थोडावेळ शांत बसली. मग म्हणाली,

''यशवंत, जेव्हा माणूस कुणावर प्रेम करतो ना, तेव्हा ते त्याच्या डोळ्यांत

उमटतं. ते प्रेम इतरांनाही कळतं. ते लपत नाही.''

यशवंतने आईकडे पाहीलं. ती पुढे म्हणाली, ''आज मी तेच डोळ्यांत उमटलेलं प्रेम बघितलंय.''

यशवंत एकदम गप्प झाला. आईसुद्धा गप्प बसली. बराच वेळ गेल्यावर यशवंतनं विचारलं, ''तू मीनाबद्दल बोलते आहेस का?''

''हो. तिच्या डोळ्यांत तुझ्याबद्दलचं प्रेम दिसतं; पण त्याहीपेक्षा महत्त्वाचं म्हणजे, 'आई बोलता बोलता काही क्षण थांबली. तिने यशवंतकडे पाहिलं आणि मग संथपणे म्हणाली, ''मला तुझ्या डोळ्यांत तिच्याबद्दलचं प्रेम दिसतं येशा.''

गाडी घराच्या दिशेने धावत राहिली.

इतकी वर्षं यशवंतने स्वत:ला कामाला जुंपून घेतलं होतं. अनेक कंपन्यांचं औद्योगिक साम्राज्य चालवावं, अशाच कौशल्यानं तो आपले सारे व्यवसाय चालवत होता. त्याचं यश सतत वाढत होतं; मात्र गेल्या काही महिन्यांपासून परिस्थिती बदलत चालली होती.

त्या दिवशी सकाळी यशवंतला फोन करून- 'रात्री मी जेवायला येतो,' असं सुधीरने सांगितलं. साधारणपणे महिना-दोन महिन्यांतून एखाद्या रात्री सुधीर त्याच्याकडे जेवायला येत असे. ते दोघे मनमोकळ्या गप्पा मारत. सुधीरने पैसे गुंतवलेल्या कंपन्यांच्या एकूण प्रगतीचा आढावा घेत. काही अधिक पैसे किंवा राजकीय मदतीची गरज असल्यास यशवंत सुधीरला सांगायचा. सुधीर ती तातडीने पूर्ण करायचा. सुधीरला निवडणुका किंवा तत्सम कामासाठी पैशांची गरज असल्यास कंपनीला होत असलेल्या नफ्यातून सुधीरला आवश्यक असलेली रक्कम यशवंत त्याला द्यायचा. वर्षअखेरीला सुधीरला मिळणाऱ्या एकूण हिश्श्यातून त्यानं आधी घेतलेली रक्कम वजा करून उरलेली रक्कम त्याला दिली जायची. बहुतेक वेळेस सुधीर ती रक्कमसुद्धा परत कंपनीतच गुंतवायचा. त्याच्या संघटनेच्या प्रमुखांनीही बरेच पैसे गुंतवण्यासाठी यशवंतकडे दिले होते. कधीकधी प्रमुखांच्या सांगण्यावरून त्यांच्या वतीने सुधीर प्रमुखांनी पैसे गुंतवलेल्या कंपन्यांच्या प्रगतीचा आढावा घेत असे. पण या व्यावसायिक गोष्टींपेक्षा इतर अनेक विषयांवर ते दिलखुलासपणे बोलत.

ठरल्याप्रमाणे रात्री सुधीर यशवंतच्या घरी आला. तो आला की नेहमी सर्वप्रथम यशवंतच्या आईच्या खोलीत जाऊन तिला भेटायचा. मग आई यशवंतला तिथेच बोलावून घ्यायची. या वेळीसुद्धा सुधीर आईकडे गेला आणि आईने यशवंतला तिथे बोलवून घेतलं. काही वेळ आईशी गप्पा मारल्या व नंतर यशवंत सुधीरला घेऊन त्याच्या डायनिंग रूममध्ये गेला. ही खोली यशवंतने त्याच्या खास पाहुण्यांसाठी बनवून घेतली होती. अतिशय गुप्त आणि महत्त्वाच्या बैठका यशवंत या खोलीत घ्यायचा.

ते दोघे त्या खोलीत पोहोचले तेव्हा टेबलवर सुधीरच्या आवडीचे मद्य आणि खाण्याचे पदार्थ व्यवस्थित मांडून ठेवले होते. वेटरने सुधीरचं नेहमीचं ड्रिंक आणि यशवंतसाठी लिंबूसरबत बनवलं. नम्रपणे दोघांचे ग्लास त्यांच्यासमोर ठेवले आणि तो बाहेर निघून गेला. त्या रूममध्ये आता ते दोघेच होते. यशवंत समोरच्या इलेक्ट्रॉनिक बेलचा स्विच दाबेपर्यंत कुणीही त्या रूममध्ये येणार नव्हतं. त्यांनी बोलायला सुरुवात केली. काही वेळ नेहमीसारखीच चर्चा सुरू राहिली.

त्यानंतर अचानक सुधीर म्हणाला, "येते काही दिवस थोडे अवघड आहेत, असं वाटतं."

"काय झालं?" यशवंतने विचारलं. आतापर्यंत ते दोघे अनेक अवघड दिवसांना सामोरे गेले होते आणि त्यातून तावूनसुलाखून बाहेर पडले होते.

"ऑपोझिशनवाले माझी कुंडली मांडायला लागलेत आणि त्यांना माझ्याच पार्टीची माणसं माहिती पुरवतायत," सुधीर गंभीरपणे म्हणाला.

सुधीरवर रेगेसाहेबांची आणि त्यानंतर संघटना प्रमुखांचीही विशेष मर्जी होती. अर्थात त्यामागे संघटना बांधण्यासाठी आणि वाढवण्यासाठी घेतलेले कष्ट कारणीभूत होते. त्याची धडाडी आणि निष्ठा बघून प्रमुखांनी इतर अनेक ज्येष्ठ नेत्यांना बाजूला ठेवून सुधीरला मंत्रिपद दिलं होतं. त्यामुळे संघटनेतले अनेक ज्येष्ठ नेते आणि त्यांचे समर्थक सुधीरवर मनातून राग ठेवून होते. पण संघटनप्रमुखांच्या शब्दाबाहेर जाण्याची कुणाची हिंमत नव्हती, म्हणून वरकरणी सगळे शांत होते. गृहमंत्री म्हणून सुधीरने अतिशय प्रभावी काम केलं होतं. वर्षभरात येऊ घातलेल्या निवडणुकांमध्ये जर संघटना परत सत्तेवर आली तर सुधीरच्या गळ्यात मुख्यमंत्रिपदाची माळ पडली असती. हे इतर ज्येष्ठ नेत्यांना मुळीच मान्य नव्हतं म्हणून ते सुधीरचा काटा काढायच्या प्रयत्नात होते. सुधीर सरकारमधला महत्त्वाचा मंत्री आणि संघटनेचा अत्यंत कार्यक्षम नेता होता. जर त्याच्या विरुद्ध एखादी भानगड सापडली आणि तिचा योग्य उपयोग करता आला तर संघटनेला सत्तेपासून दूर ठेवता येणं शक्य झालं असतं. म्हणून विरोधकसुद्धा त्याच्या विरुद्ध सगळी माहिती गोळा करत होते.

"एक दिवस असं होऊ शकतं, हे आपल्याला अपेक्षित होतं. कुणालाही फारशी माहिती मिळू नये आणि मिळाली तर ती सिद्ध करता येऊ नये, यासाठी आपण पुरेशी काळजी घेतली आहे," यशवंत शांतपणे म्हणाला.

"त्यांना बरीच माहिती मिळाली आहे," सुधीर अस्वस्थपणे म्हणाला.

"माहिती मिळवणाऱ्या माणसांची मी माझ्या पद्धतीनं काळजी घेतो," यशवंत म्हणाला.

"ते शक्य नाही यशवंत. यामागे एक दोन लोक नाहीत. आमचे आणि विरोधी पक्षातले बरेच लोक यामागे आहेत. त्यांनी काही शोधपत्रकारांना पैसे देऊन कामावर

लावलं आहे. काही सरकारी यंत्रणांचीसुद्धा त्यांना छुपी मदत मिळत असावी, अशी शंका आहे.'' सुधीर म्हणाला.

काही क्षण दोघेही शांत बसले. यशवंत काही बोलला नाही.

''तू काळजी करू नकोस. आपल्या कंपन्या अधिकृतरीत्या नोंदवलेल्या आहेत, आपण सगळे कर वेळेवर भरतो आहोत, आपले सगळे व्यवहार कायदेशीर आहेत. कितीही शोध घेतला तरी त्यांच्या हाताला काय लागणार?'' यशवंत आश्वासक स्वरात म्हणाला.

सुधीर काही क्षण शांत बसला. त्यानं समोरच्या ग्लासमधून एक घोट घेतला. मग सावकाश म्हणाला, ''त्या कंपन्यामध्ये प्रचंड पैसा कुठून, कसा आला आहे, आणि त्या कंपन्यांचे खरे भागीदार कोण आहेत याची माहिती! आणि जर ही माहिती कुणाच्या हातात पडली तर तू, मी व आपल्या धंद्यात पैसे लावलेले आपले राजकारणी आणि राजकारणाबाहेरचे मित्र आणि सर्वांत महत्त्वाचं म्हणजे आमच्या संघटनेचे प्रमुखही फार मोठ्या अडचणीत येऊ शकतात.''

खोलीत संपूर्ण शांतता पसरली.

''त्यांना बरीच माहिती मिळाली आहे यशवंत. आमच्या मुंबई पोलिसांतल्या माझ्या माणसानं सांगितलं, की पंचवीस वर्षांपूर्वी तुझ्यावर आणि माझ्यावर भायखळा पोलिसांनी टाकलेल्या सशस्त्र दरोड्याच्या एफ.आय.आर.ची कॉपी त्यांना मिळाली आहे,'' सुधीर म्हणाला.

खोलीत विचित्र शांतता पसरली. यशवंत स्तब्ध झाला.

बऱ्याच वेळाने सुधीर पुढे बोलायला लागला, ''पोलिसांतल्या माझ्या माणसांना मी ती कॉपी गहाळ करायला सांगितलं. त्यांनी त्यावेळच्या सगळ्या फायली चेक केल्या; पण त्यांना ती कॉपी मिळाली नाही. कदाचित ती त्या आधीच 'गहाळ' झाली होती.''

यशवंत स्तब्ध झाला. इतक्या वर्षांपूर्वी घडलेल्या त्या घटनेपासून आज आयुष्य फार पुढे आलं होतं. ती घटना जवळजवळ विस्मृतींत गेली होती.

''ती कागदपत्रं यांना मिळाली असली आणि ते मीडियासमोर आले तर संघटनेच्या प्रतिमेवर त्याचा फार वाईट परिणाम होईल. कदाचित, येत्या निवडणुकीत पुन्हा सत्ता मिळण्याची शक्यता उरणार नाही, आणि त्यांतून माझी राजकीय कारकीर्द कायमची संपेल!''

यशवंत शांत बसून राहिला.

इतक्या वर्षांपूर्वी एके दिवशी घडलेल्या त्या घटनेचे परिणाम आज अचानक एका वेगळ्याच स्वरूपात पुढे आले होते.

श्रीधरने चहाचा कप खाली ठेवला. मोरेकडे जाण्यासाठी तो तयार होऊ लागला. तो मोरेकडे पोहोचला तेव्हा नऊ वाजत होते. त्याला सरळ मोरेच्या केबिनमध्ये नेण्यात आलं. मोरे त्याच्या खुर्चीवर बसला होता. त्याच्या शेजारी त्याचा एक सहायक उभा होता. समोर श्रीधरचीच फाइल होती. त्याच्याशेजारी दुसरी एक फाइल होती. मोरेने ती दुसरी फाइल श्रीधरकडे दिली. त्या फाइलमध्ये कस्टमर्संना वकीलसाहेबांनी रजिस्टर ए.डी.ने पाठवलेल्या नोटिसा आणि त्याच्या पोचपावत्या होत्या. श्रीधरने नोटिसा चाळल्या आणि फाइल परत टेबलावर ठेवली. मोरेने श्रीधरकडे पाहिलं आणि ''चला निघू या,'' म्हणत तो उठला व बाहेर पडला. त्याच्या पाठोपाठ त्याचा एक सहायक हातात दोन्ही फाइल घेऊन निघाला. त्याच्या पाठोपाठ श्रीधर केबिनच्या बाहेर पडला.

रस्त्यावर मोरेची फॉर्च्युनर उभी होती. तिच्याजवळ हणमंते उभा होता. फॉर्च्युनरच्या मागे आज दोन इनोव्हा होत्या. त्यांच्या जवळ पंधरा-सोळा तरुण उभे होते. मोरेला येताना बघून हणमंतेने फॉर्चुनरचा दरवाजा उघडून धरला. मोरे आत बसला. मोरेबरोबर आलेल्या सहायकानं आपल्या हातातल्या फाइल्स हणमंतेच्या हातात दिल्या. त्या घेऊन हणमंते पुढे बसला. श्रीधर मोरेशेजारी बसला. गाडी सुरू झाली. श्रीधरनं मागे पाहिलं. दोन्ही इनोव्हा त्यांच्या मागेच येत होत्या.

''पहिल्यांदा कुठे जाऊया?'' मोरेने विचारलं.

''सिंघल फर्निचर्स,'' श्रीधर म्हणाला.

त्यानं ड्रायव्हरला पत्ता सांगितला. श्रीधरने हणमंतेकडून फाइल्स घेऊन 'सिंघल फर्निचर्स'चे सगळे कागद काढून मोरेंच्या हातात दिले.

गाडी 'सिंघल फर्निचर्स' समोर थांबली. पाठोपाठ आलेल्या दोन्ही इनोव्हासुद्धा थांबल्या. गाडीतून उतरलेल्या मुलांना तिथेच थांबायला सांगून मोरे 'सिंघल फर्निचर्स'च्या ऑफिसमध्ये शिरला. श्रीधर आणि हणमंते त्याच्यामागे होते. "मला मालकाची केबिन दाखव," त्यानं श्रीधरला सांगितलं. श्रीधर त्याला मालकाच्या केबिनकडे घेऊन गेला. वाटेत कुणीही मोरेला अडवायची किंवा 'काय काम आहे?' असं विचारायचीसुद्धा हिंमत दाखवली नाही. तो श्रीधर आणि हणमंतेबरोबर मालकाच्या केबिनजवळ आला. केबिनचा दरवाजा बंद होता. दरवाजावर 'ओमप्रकाश सिंघल' अशी मालकाच्या नावाची पाटी होती. मोरे दरवाजा उघडून सरळ आत घुसला. त्याच्यापाठोपाठ हणमंते आणि श्रीधर आत गेले. सिंघल त्याच्या खुर्चीवर बसला होता. त्याच्यासमोर त्याचा मॅनेजर बसला होता. असं दरवाजा लोटून हे तिघे आत कसे घुसले, हे सिंघलला कळलं नाही.

"तुम्ही एकदम आत कसे आलात? पहिल्यांदा बाहेर जा," तो आवाज चढवून म्हणाला.

"मी श्रीधरसाहेबांचा मित्र आहे. श्रीधरसाहेबांचे काही पैसे तुम्ही देणं लागता. ते पैसे तुम्ही देऊन टाकावेत, अशी विनंती करायला मी आलो आहे." मोरे हात जोडून अत्यंत नम्रपणे म्हणाला.

"तुम्ही पहिल्यांदा बाहेर जा," सिंघल चढ्या आवाजात म्हणाला. नंतर मॅनेजरकडे वळून म्हणाला, "वॉचमनला बोलवा ताबडतोब."

त्याचं वाक्य पूर्ण होतं न होतं तोपर्यंत स्वत: वॉचमनच आत आला. त्याचा चेहरा किंचित घाबरलेला दिसत होता. सिंघलच्या कानाशी लागून त्यानं काहीतरी सांगितलं. त्यानं बहुतेक बाहेर इनोव्हातून येऊन उभ्या असलेल्या मुलांबद्दल सांगितलं असावं. सिंघलने काही सेकंद मोरेकडे बघितलं.

"श्रीधरसाहेबांचं देणं बऱ्याच महिन्यांपासून थकलेलं आहे, तेवढं देऊन टाका. मग पुढचं काम करा." मोरेने पुन्हा अतिशय नम्र आवजात सांगितलं.

"माझ्या ऑफिसमध्ये येऊन तुम्ही माझ्याशी अशा भाषेत बोलताय... तुम्ही आहात कोण?"

"पुन्हा सांगतो. मी श्रीधरसाहेबांचा मित्र आहे. माझं नाव सुनील मोरे," मोरे त्याच नम्रपणे म्हणाला.

त्याचं नाव ऐकून सिंघलचा मॅनेजर आपल्या खुर्चीवरून उठला. मोरेकडे वळून त्यानं विचारलं, "आपण... आपण भांडुपला असता का?"

"हो," मोरे म्हणाला.

ते ऐकून मॅनेजर काही सेकंद स्तब्ध झाला. मग, ''साहेब आपण बसून घ्या ना,'' अशी विनंती त्यानं मोरेला केली.

त्यानंतर त्यानं सिंघलच्या कानाजवळ जाऊन काहीतरी सांगितलं आणि सिंघलला घेऊन तो बाहेर गेला. मोरे खुर्चीवर आरामात बसला. त्याच्या शेजारी श्रीधर बसला. हणमंते मोरेंच्या मागे उभा राहिला. पाचच मिनिटांत सिंघल आणि त्याचा मॅनेजर परत आले. सिंघल त्याच्या खुर्चीवर बसला. त्याचा मॅनेजर उभाच राहिला.

''मोरेसाहेब आरामात बसा, चहा सांगितला आहे,'' सिंघल म्हणाला.

आता त्याचा आवाज एकदम नरमला होता. सिंघलचा आवाजच नव्हे तर देहबोली, भाषा, हावभाव सर्वकाही बदललं होतं. त्याच्यावर कसलं तरी प्रचंड दडपण आल्यासारखं वाटत होतं. तो श्रीधरकडे वळून म्हणाला, ''श्रीधरजी मी तुमचे पैसे देणारच होतो... मध्यंतरी जरा माझीच थोडी अडचण होती...''

''चहा नको. मला दुसरीकडे जायचं आहे, पैसे द्या म्हणजे लगेच निघतो,'' मोरे मगाशीच्याच नम्रपणाने म्हणाला.

''हो...देतोच... मी जरा अकौंटंटला हिशेब करायला सांगितला आह,'' सिंघल म्हणाला.

मोरेने त्याच्यासमोर श्रीधरने दिलेले कागद ठेवले व म्हणाला, ''ही सगळी बिल आणि टोटल रक्कम खाली लिहिलेली आहे.''

सिंघलने कागद बघितले.

''अरे वा! इथे तर सगळा हिशेब लिहिलाच आहे, मग काय प्रश्नच नाही,'' तो म्हणाला. नंतर त्यानं ते कागद आपल्या मॅनेजरकडे दिले. ''चेक देऊन हा हिशेब क्लिअर करून टाका,'' त्यानं मॅनेजरला सांगितलं.

मॅनेजरने कागद घेतले आणि खाली वाकून सिंघलच्या कानात काहीतरी सांगितलं.

सिंघलनं मोरेकडे बघितलं आणि हळू आवाजात म्हणाला, ''साहेब, बँकेत आता इतके पैसे नाहीत.''

मोरे त्याच्याकडे रोखून पाहत राहिला.

सिंघल पुढे म्हणला, ''कॅश दिली तर चालेल का?''

मोरेने मान डोलावली. सिंघलने मॅनेजरला कॅश घेऊन यायला सांगितलं. मॅनेजर गेला. तोपर्यंत चहा आला. चहा संपेपर्यंत मॅनेजर हातात दोन कागदाची मोठी पुडकी घेऊन आला. त्यानं ती पुडकी सिंघलच्या हातात दिली. सिंघलने ती पुडकी मोरेसमोर धरली. मोरेने श्रीधरला ती पुडकी घ्यायला सांगितलं.

''सगळे पैसे आहेत,'' सिंघल म्हणाला.

श्रीधरने ती पुडकी हातात घेतली.

''एकदा मोजून घ्या,'' मोरेनं सांगितलं.

श्रीधरनं पुडकी उघडली. सगळ्या दोन हजारच्या नोटा होत्या. श्रीधरने पैसे मोजले. रक्कम बरोबर होती. श्रीधरने मोरेकडे बघून मान डोलवली. ते जायला उठले.

''पुढेही माल पाठवत रहा. आता माझंसुद्धा रोलिंग चांगलं आहे. त्यामुळे पेमेंट वेळेवर होईल,'' सिंघलने श्रीधरला सांगितलं. नंतर मॅनेजरकडे वळून म्हणाला, ''यांचं पेमेंट यापुढे एकदम टाइम टू टाइम करत जा.''

सिंघल स्वत: त्यांना दरवाज्यापर्यंत सोडायला आला.

हणमंतेने मोरेंसाठी गाडीचा दरवाजा उघडला. ते तिघे आपापल्या जागी बसले. गाडी सुरू झाली. श्रीधरने मागे वळून पाहिलं. दोन्ही इनोव्हा त्यांच्या मागे येत होत्या.

तिथून श्रीधर त्यांना 'माउली स्टील' नावाच्या कंपनीत घेऊन गेला. ही कंपनी सरमळकर नावाच्या माणसाची होती. इथेही इनोव्हामधले तरुण गेटवरच थांबले. मोरे, हणमंते आणि श्रीधर आत गेले. मोरे सरळ सरमळकरच्या केबिनकडे चालला होता, पण सरमळकर वाटेतच भेटला. तो त्याच्या कामगारांबरोबर काहीतरी बोलत होता. त्यानं मोरेला पाहिलं आणि म्हणाला, ''अरे व्वा, मोरेसाहेब, नमस्कार! या या.'' सरमळकर त्यांना अगत्यानं आपल्या केबिनमध्ये घेऊन गेला. त्यानं मोरेला समोरच्या खुर्चीवर आदराने बसवलं. श्रीधर त्याच्या शेजारी बसला. हणमंते मागे उभा राहिला.

''मला ओळखलं नाहीत का? मी अनिल सरमळकर,'' सरमळकर म्हणाला.

मोरेने काहीच प्रतिक्रिया दिली नाही.

''आज इकडे कसं येणं केलं साहेब?'' त्याच्या स्वरात आदर आणि अगत्य होतं.

''हे माझे मित्र श्रीधर. तुम्ही त्यांचे काही पैसे देणं लागता,'' मोरे नम्रपणे म्हणाला.

''हो. श्रीधरसाहेबांचे काही पैसे द्यायचे राहून गेले आहेत. काही हरकत नाही आताच देऊन टाकतो,'' तो म्हणाला.

बेल वाजवून त्यानं अकौंटंटला बोलवायला सांगितलं. मोरेने त्याच्यासमोर त्याची बिलं आणि एकूण येणं असलेला कागद ठेवला.

''अरे वा! तुम्ही सगळं लिहूनच आणलं आहे का? मग प्रश्नच नाही,'' कागद पाहत तो म्हणाला.

तेवढ्यात त्याचा अकौंटंट आला. ते कागद त्याच्याकडे देत सरमळकर म्हणाला, ''हे जरा बघून घ्या आणि माझं चेकबुक घेऊन या.''

त्यानं चहा मागवला व मोरेला आग्रहाने प्यायला लावला. चहा संपेपर्यंत त्याचा अकौंटंट आला. ''अमाउंट बरोबर आहे साहेब,'' त्यानं सरमळकरला सांगितलं.

सरमळकरने लगेच त्याला चेक बनवायला लावला. चेकवर सही करून मोरेसमोर धरला. मोरेने श्रीधरला तो चेक घ्यायला सांगितलं. ते उठू लागले.

"श्रीधरसाहेब परत रंगाची ऑर्डर द्यायची आहे. मी मॅनेजरला तुम्हाला फोन करायला सांगतो," सरमळकर श्रीधरला म्हणाला.

तो त्यांना सोडायला गेटपर्यंत आला.

"साहेब, त्यानिमित्तानं का होईना तुम्ही आमच्या फॅक्टरीत आलात. बरं वाटलं," तो मोरेला म्हणाला. बोलताना तो कमरेत किंचित वाकला होता.

मोरे फक्त कळेल न कळेल असं हसला. सगळेजण गाड्यांमध्ये बसले. तिन्ही गाड्या सुरू झाल्या.

तिथून सरळ पुढे गेलं, की त्याच रस्त्यावर दोन मिनिटांच्या अंतरावर दुबेची 'सागर किंवा दुर्गा फर्निचर' होती. हा बिलंदर दुबे पैसे न देण्यासाठी काहीतरी नवी शक्कल लढवेल, असं श्रीधरला वाटत होतं. तिन्ही गाड्या दुबेच्या फाटकाजवळ थांबल्या. नेहमीप्रमाणेच तरुणांना बाहेर थांबवून मोरे, श्रीधर आणि हणमंतेला घेऊन फाटकांतून आत शिरला. ते तिघे सरळ दुबेच्या केबिनमध्ये गेले. रामनारायण दुबे एकटाच बसला होता.

"अरे श्रीधर! या या! मी तुमचीच आठवण काढत होतो," त्यांची वाटच बघत असल्याप्रमाणे दुबे म्हणाला.

बहुतेक सरमळकरच्या गेटसमोर उभ्या असलेल्या गाड्या आणि मुलं पाहून त्यानं काही चौकशी केली असावी. त्याला एकूण काय चाललंय ते कळलं असावं, असं श्रीधरला वाटलं.

"लक्ष्मणभैयाचा काल रात्रीच फोन आला होता. त्यानं पैसे माझ्या अकाउंटला कालच जमा केलेत आणि तुमचे पैसे द्यायला सांगितलं आहे."

श्रीधर त्याच्याकडे पाहतच राहिला.

"फक्त एकच छोटी अडचण आहे, माझं चेकबुक संपलं आहे. मी तुम्हाला कॅश दिली तर चालेल का?" त्यानं श्रीधरला विचारलं.

श्रीधरने मोरेकडे पाहिलं. मोरेने मान डोलवली.

"ठीक आहे," श्रीधर म्हणाला.

"वा! हे बरं झालं," असं म्हणत त्यानं ड्रॉवरमधून कागदाचं एक मोठं पुडकं काढलं. "हिशेबाप्रमाणे हे तुमचे पैसे आहेत," दुबे म्हणाला.

दुबेनं मारलेल्या कोलांटी उड्यांची श्रीधरला त्याही परिस्थितीत गंमत वाटली. श्रीधरने पुडकं घेतलं. पैसे मोजले, रक्कम बरोबर हिशेबाप्रमाणे होती. श्रीधरने पुडकं पुन्हा बांधलं व ते जायला उठले.

"श्रीधर तुम्ही यांची ओळख नाही करून दिलीत?" दुबेनं विचारलं.

"हे सुनील मोरेसाहेब," श्रीधर म्हणाला. मोरे आरामात काहीही न बोलता बसून होता.

"अरे छान! मोरेसाहेब आपलं नाव खूप ऐकलं आहे. आपल्याला भेटून आनंद झाला," दुबे म्हणाला.

दुबेनं मोरेला आधीच ओळखलं होतं. श्रीधर त्याला घेऊन आपल्याकडे येतो आहे, हेसुद्धा दुबेला आधीच कळलं होतं. आणि मोरेला भेटल्यावर, श्रीधरला पैसे द्यावे लागल्यामुळे दुबेला दुःखच झालं होतं, हे श्रीधरला माहीत होतं.

ते फाटकातून बाहेर पडले. तिन्ही गाड्या सुरू झाल्या.

त्यानंतर पुढच्या प्रत्येक ग्राहकाकडे थोड्याफार फरकाने हेच होत गेलं. मोरे थेट मालकाला भेटायचा, स्वतःची श्रीधरचा मित्र म्हणून ओळख करून द्यायचा, अत्यंत नम्रपणे थकलेले पैसे द्यायची विनंती करायचा आणि मालक त्याची विनंती मान्य करून ताबडतोब पैसे द्यायचे आणि वर चहा पिऊन जायचाही आग्रह करायचे. श्रीधरला हे सगळं स्वप्नवत् वाटत होतं. याच लोकांकडे श्रीधर गेली दोन वर्षं सतत खेटे मारत होता. ते एक पैसाही द्यायला तयार नव्हते. यांच्यामुळे श्रीधरवर कारखाना, राहतं घर विकून रस्त्यावर येण्याची वेळ आली होती. तेच लोक आज काही न बोलता पैसे काढून देत होते. काहींनी चेक दिले, बहुतेकांनी कॅश दिली, ज्यांच्याकडे अगदीच पैसे नव्हते, त्यांनी पुढच्या तारखा टाकून 'पोस्ट डेटेड' चेक्स दिले. श्रीधरचे पैसे वसूल करायला सुनील मोरे येतो आहे, ही बातमी या ग्राहकांमध्ये पसरली असावी. जे मालक त्या दिवशी आपल्या फॅक्टरीत नव्हते त्यांनी सुद्धा त्यांच्या मॅनेजरला श्रीधरचे पैसे देऊन टाकायला सांगून ठेवलं होतं. ज्यांना आज अगदीच शक्य नव्हतं, त्यांनी स्वतः फोन करून पैसे एक - दोन दिवसांत पाठवून देण्याचं कबूल केलं होतं. गंमत म्हणजे या सर्वांकडे काल-परवाच पैसे आले होते. इतके दिवस त्यांच्याकडे पैसे नव्हते म्हणून त्यांना श्रीधरचे पैसे देता येत नव्हते. श्रीधरसारख्या मेहनती माणसाचे पैसे आपण देऊ शकत नाही, याचं त्यांना फारच दुःख होत होतं. म्हणून त्यांना पैसे मिळाल्याबरोबर ताबडतोब ते श्रीधरचे पैसे देऊन टाकत होते.

दुपारी तीन वाजेपर्यंत श्रीधरच्या जवळजवळ सर्व ग्राहकांचे पैसे वसूल झाले होते. मोरेनं ड्रायव्हरला गाडी स्वतःच्या चाळीकडे घ्यायला सांगितली. "तुम्ही मला फार मोठ्या संकटातून बाहेर काढलं आहे," असं सांगत श्रीधरने मोरेचे मनापासून आभार मानले. मोरे नेहमीसारखाच मोकळेपणाने हसला. श्रीधरने त्याला वाटेत स्वतःच्या घराजवळ सोडण्याची विनंती केली. त्यावर, "तुम्ही माझ्याबरोबर चला, तुमच्याशी काही महत्त्वाचं बोलायचं आहे," एवढंच मोरेनं सांगितलं. मोरेला आपल्याशी आता काय बोलायचं आहे, ते श्रीधरच्या लक्षात येईना. कदाचित त्याला

स्वतःच्या फीचा हिशेब आताच करायचा असेल, असं श्रीधरला वाटलं. त्याला श्रीधरची अर्थातच काहीच हरकत नव्हती. गाडी मोरेच्या इमारतीजवळ थांबली. पाठोपाठ मागून आलेल्या दोन्ही इनोव्हासुद्धा थांबल्या. त्यातून सगळी मुलं उतरली.

"या सगळ्यांच्या जेवणाची व्यवस्था करा, संध्याकाळचं आणि रात्रीचं कुणाला काय पायजे ते बघून घ्या," असं हणमंतेला सांगून मोरे श्रीधरला घेऊन इमारतीत आला आणि स्वतःच्या केबिनमध्ये शिरला. त्या वेळी केबिनमध्ये समोरच्या खुर्चीवर गणेश बसला होता. तो बहुतेक त्या दोघांचीच वाट पाहत असावा.

"केव्हा आलात?" मोरेने विचारलं.

"आत्ताच आलो," गणेशनं उत्तर दिलं.

मोरेनं फोन उचलून चहा आणि खाण्याची व्यवस्था करायला सांगितली.

"काय झालं का काम?" श्रीधरकडे पाहत गणेशनं विचारलं.

"हो. उत्तम झालं," श्रीधरनं उत्तर दिलं.

समोसे आणि चहा आला. ते अवांतर विषयावर बोलत होते. समोसे संपले. चहासुद्धा संपत आला, तरीही मोरेने त्याला श्रीधरशी नेमकं काय बोलायचं आहे, ते सांगितलं नव्हतं. श्रीधरच्या मनावरचं दडपण वाढत चाललं होतं.

"तुमचे वीस टक्के मी तुम्हाला लगेच, पाहिजेतर आत्ताच देतो." स्वतःच विषयाची सुरुवात करू या, असा विचार करून श्रीधर म्हणाला.

गणेशने चहाचा शेवटचा घोट घेऊन कप बाजूला ठेवला. खिशातून रुमाल काढून ओठ पुसले. मोरेने शांतपणे चहाचे दोन घोट घेतले. कप खाली ठेवला आणि काही क्षण श्रीधरकडे पाहत राहिला.

"वीस टक्के तुम्ही द्यालच; पण आम्हाला काही वेगळं बोलायचं आहे."

श्रीधरवरचं दडपण प्रचंड वाढलं. आता हा अजून काहीतरी वेगळं करायला सांगणार. तो स्तब्ध झाला. गणेश सावरून बसला. काही क्षण शांततेत गेले.

"आम्हाला तुमच्या कंपनीत पैसे लावायचे आहेत," मोरे शांत आवाजात म्हणाला.

तो काय बोलतो आहे, हे श्रीधरला कळलं नाही. तो मोरेच्या चेहऱ्याकडे पाहतच राहिला.

"म्हणजे...? मला कळलं नाही," श्रीधर म्हणाला.

मोरे काही बोलणार होता, पण गणेशनं त्याला थांबवलं.

"श्रीधर, आम्हाला तुमच्या धंद्यात पैसे गुंतवायचे आहेत," गणेशनं अतिशय शांत आवाजात सांगितलं.

"तुम्हाला नक्की काय म्हणायचं आहे?" श्रीधरनं विचारलं.

"आम्हाला असं वाटतं, की तुम्ही आम्हाला तुमच्या कंपनीत पार्टनर करून

घ्यावं,'' गणेश तितक्याच शांत आवाजात म्हणाला.

त्यांना काय म्हणायचं आहे, हे श्रीधरला समजलं. पण ते अगदीच अनपेक्षित होतं. मोरेने त्याचे पैसे वसूल करून दिले, याबद्दल त्याच्या मनात कृतज्ञतेची जाणीव त्यानंतर होती. तो ठरल्याप्रमाणे मोरेला त्याचे वीस टक्के देणार होता आणि त्यांचा परत कधी संबंधही येणार नाही, असं त्याला वाटत होतं. एकदा मोरेला त्याचे वीस टक्के मिळाले, की मोरेला सुद्धा श्रीधरशी संबंध ठेवायची इच्छा नसेल आणि गरजसुद्धा नसेल, याची श्रीधरला खात्री होती. हे संबंध इथेच संपणार होते आणि इथेच संपायला हवे होते. या लोकांच्या डोक्यात आपल्याशी भागीदारी करण्याचा विचार आला असेल, याची त्याला सुतराम कल्पना नव्हती. गणेशने समोर ठेवलेला पार्टनरशिपचा प्रस्ताव संपूर्णपणे अनपेक्षित होता. स्वत: मोरेलासुद्धा त्यासंबधी आत्ताच कळलं असावं, अशीही शंका श्रीधरच्या मनात आली. गणेश मोरेपेक्षाही वरच्या पातळीवर काम करत असावा. त्याच्याकडे बरेच जास्त अधिकार असावेत, असंही श्रीधरला वाटत होतं. गणेशचं वागणंही एखाद्या कंपनीच्या वरिष्ठ व्यवस्थापकासारखं सुसंस्कृत होतं; पण कितीही झालं तरी ही गुन्हेगारी जगातली माणसं होती. परिस्थिती इतकी वाईट नसती तर कदाचित श्रीधरने या लोकांची मदत घेतलीसुद्धा नसती. गणेशने असा प्रस्ताव समोर ठेवल्यावर त्याला आपण काय प्रतिसाद द्यावा, हेच श्रीधरला अजिबात कळत नव्हतं. तो तसाच शांत बसून राहिला. त्या दोघांनीही त्याला तसंच बसू दिलं.

''पण माझ्या या एवढ्या छोट्या, त्या सुद्धा डबघाईला आलेल्या कंपनीत भागीदार बनण्यात तुमचा काय फायदा?'' काही क्षणांनंतर श्रीधरनं विचारलं.

''तुम्ही बनवलेले रंग उत्तम आहेत. त्याला उद्या देशात प्रचंड मागणी येईल; शिवाय एक्स्पोर्ट सुद्धा होऊ शकतील, असं आम्हाला वाटतं,'' गणेश म्हणाला. त्याचा आवाज ठाम होता.

आपण तयार केलेल्या रंगांबद्दल या लोकांना एवढा विश्वास वाटतो, हे ऐकून श्रीधरमधला संशोधक मनोमन सुखावला.

गणेश पुढे म्हणाला, ''कंपनी तुमचीच राहील. कंपनी सुरू ठेवण्यासाठीच नव्हे तर पुढे ती वाढवत नेण्यासाठी लागणारी सगळी गुंतवणूक आम्ही करू. आतापर्यंत तुम्ही बँकेकडून जे कर्ज घेतलं आहे, ते आम्ही फेडू. कसलंही लोन न घेता आपल्या स्वत:च्या पैशावर कंपनी चालू राहील. कंपनी भारतातच नव्हे तर भारताबाहेरही काम करेल. कंपनीत दोन भागीदार असतील. तुम्ही आणि आमच्यापैकी एक. आमच्यातर्फे भागीदार कोण असेल, ते आम्ही तुम्हाला थोड्या वेळात सांगू. तुमचा हिस्सा तीस टक्के तर आमचा हिस्सा सत्तर टक्के असेल.''

श्रीधर लक्षपूर्वक ऐकत होता, ''कंपनीची धोरणं ठरवण्याचे आणि त्या संबंधांत

निर्णय घेण्याचे अधिकार तुमचे असतील. तुम्ही कंपनीच्या हिताचेच निर्णय घ्याल, याची आम्हाला खात्री आहे. आम्ही त्यामध्ये सहसा हस्तक्षेप करणार नाही. काही धोरणात्मक आणि आर्थिक निर्णय घेताना आम्ही तुम्हाला सल्ला जरूर देऊ. कंपनीच्या दैनंदिन कामकाजाची जबाबदारी पूर्णपणे तुमची असेल. त्यासाठी तुम्हाला दरमहा वेगळे पैसे दिले जातील. थोडक्यात तुमचं ज्ञान, तुमची मेहनत आणि आमचं भांडवल, अशी ही भागीदारी असेल,'' एवढं बोलून गणेश थांबला.

श्रीधर शांत बसून राहिला. गणेश त्याचा कारखाना पाहायला का आला होता, तो श्रीधरला त्याच्या बिझनेससंबंधी खोलात जाऊन तपशीलवार प्रश्न का विचारत होता, हे श्रीधरला आता समजत होतं. या लोकांनी श्रीधरला एक उत्तम बिझनेस प्रपोजल दिलं होतं. श्रीधरसाठी एक फार मोठी संधी चालून आली होती. हे प्रपोजल बँकेकडून किंवा दुसऱ्या कुणाकडून आलं असतं तर श्रीधरने क्षणाचाही विचार न करता अतिशय आनंदाने ते स्वीकारलं असतं. पण असं प्रपोजल दुसरं कुणी देऊ शकणार नाही, हे श्रीधरला समजत होतं. या लोकांकडे अनेक वैध -अवैध मार्गांतून आलेला पैसा होता. त्यांना तो कायदेशीर धंद्यात गुंतवायचा होता. यांच्याकडून भांडवल घेतलं तर श्रीधरचं नाव त्यांच्याबरोबर कायमचं जोडलं जाणार होतं. त्यामध्ये धोका होता.

''तुम्ही विचार करून तुमचा निर्णय घ्या... आज रात्री आपल्याला भाऊसाहेबांनी भेटायला बोलवलंय. ते तुम्हाला पुढचं सांगतील,'' गणेश शांत आवाजात म्हणाला.

वसंत परत आला तेव्हा पाच वाजून गेले होते. त्याच्या पाठोपाठच ते दोघे इलेक्ट्रिशियन्ससुद्धा आले. वसंतने खिशातून सहा हजार रुपये काढून त्यांना दिले. त्यांनी कच्ची रिसीट लिहून वसंतच्या हातात दिली. दुसऱ्या दिवशी ऑफिसमधून पक्की पावती घ्यायला सांगून ते निघून गेले.

"आता ते लाइट कापणार नाहीत ना?" वसंत जवळ येत आशुतोषने विचारलं.

"आता लाइट कापायचा काही प्रश्नच येत नाही बाळा!" वसंत म्हणाला.

"मी तुझ्यासाठी चहा करून आणते," चारुलता खुर्चीवरून उठत म्हणाली. वसंतला तिचे डोळे भरून आल्यासारखं वाटलं. ती चहाचे कप घेऊन आली. एक कप तिने वसंतच्या हातात दिला.

त्याच वेळी वसंतचा फोन वाजला. पलीकडे श्रीधर होता. वसंतने फोन घेतला; पण श्रीधर काहीच बोलला नाही.

"हॅलो... दादा काय झालं? बोल ना..." वसंत म्हणाला

"अरे... वसंत... कसा... कुठे आहेस?" श्रीधरने विचारलं.

"मी दिवाकरमामाच्या घरी आहे... चारूमामीशी बोलतोस का?" वसंतने विचारलं.

"नको... आत्ता नको... मी नंतर बोलेन," श्रीधर म्हणाला.

"काही बोलायचं होतं का दादा?" वसंतने विचारलं.

"नाही रे... काही काम नव्हतं, सहजच फोन केला होता... नंतर बोलतो..." असं म्हणून त्यानं फोन ठेवला.

वसंत शांत बसला.

''काय झालं रे?'' चारुलताने विचारलं.

''दादानं फोन केला होता; पण बोलला काहीच नाही,'' वसंत म्हणाला. त्याच्या आवाजात काळजी होती.

''काहीतरी झालं असेल... थोड्या वेळाने परत करेल,'' चारुलता म्हणाली.

वसंतने हातातल्या कपातून चहाचा एक घोट घेतला.

''इतके पैसे तू एकदम कुठून आणलेस?'' चारुलताने विचारले.

''मी ज्या क्लासेसमध्ये शिकवतो, तिकडून मी गेले तीन महिने पगार घेतला नव्हता तो आज घेतला,'' वसंतने उत्तर दिलं.

''पगार का घेतला नव्हतास?'' चारुलताने आश्चर्याने विचारलं.

''अगं, या महिन्यात फी भरायची आहे ना, तेव्हाच सगळा एकदमच घ्यायचा म्हणून ठेवला होता,'' वसंत म्हणाला.

''इथे पैसे दिलेस, आता तू फी कशी भरणार आहेस?'' चारुलताने विचारलं.

''त्याची काळजी करू नकोस. मी पुढच्या महिन्याचा पगार ॲडव्हान्स घेतलाय. तेवढी पत आहे आपली,'' वसंत ने सांगितलं.

''तू काय म्हणतो आहेस मला कळलं नाहा,'' चारुलता म्हणाली.

''एकदम सिम्पल आहे मामी!'' वसंत तिला सांगू लागला... ''मला पाच हजार रुपये महिना पगार आहे. मला या महिन्यात कॉलेजमध्ये पंधरा हजार फी भरायची आहे. पैसे घेतले, की ते खर्च होतात म्हणून मी तीन महिन्यांचा पगार एकदमच घेणार होतो तो आज घेतला.''

''पण त्यातले पैसे तू इकडे दिलेस ना. आता फीला कमी पडणार नाहीत का?'' चारुलताने विचारले.

''म्हणूनच मी पुढच्या महिन्याचा पगार ॲडव्हान्स घेतला आणि एक हजार रुपये एक्स्ट्रा घेतले. ते माझ्या नंतरच्या पगारातून वळते होतील. म्हणजे मी एकूण एकवीस हजार रुपये घेतले. त्यातले सहा आत्ता दिले; तरीही आता माझ्याकडे अजून पंधरा हजार रुपये आहेत. ते मी उद्या कॉलेजमध्ये भरून टाकेन, की माझी फी जमा होऊन जाईल,'' वसंतने सांगितलं.

चारुलता काहीच बोलली नाही. चारुलता वसंतकडे पाहत राहिली. तिचे डोळे पाणावले.

रागिणी वसंतकडे जाऊन त्याला आपल्या शाळेतल्या गमती सांगू लागली.

''आता जेवूनच जा वसंत. मी तुझ्या आवडीच्या बटाट्याच्या काचऱ्यांची भाजी करते,'' तिच्या आवाजात जिव्हाळा होता.

ती स्वयंपाकघरात जेवण करायला गेली.

"दादा, आज इथेच झोप ना," रागिणीने वसंतला आग्रह केला. वसंतने ते मान्य केलं.

त्यांची जेवणं आटोपली.

चारुलताने स्वयंपाकघराची आवराआवर केली. अंथरुणं घातली. मुलं त्यांच्या अंथरुणाकडे जाऊ लागली. त्याचवेळी दरवाजावर कुणीतरी जोरदार ठोकत असल्याचा आवाज आला. क्षणभर कुणाला काही कळलं नाही. चारुलताने पुढे जाऊन दरवाजा उघडला. ती गारठून गेल्यासारखी उभी राहिली. दारात परब उभा होता.

"दिवाकरला बोलवा," तो म्हणाला. त्यानं तोंड उघडल्यावर खोलीत दारूचा वास आला.

चारुलता फक्त त्याच्याकडे भेदरून पाहत होती.

"दिवाकर कुठे आहे?" यावेळी त्याचा आवाज अधिक मोठा झाला होता.

चारुलताच्या तोंडातून आवाज फुटत नव्हता.

"तुमचं ऐकून मागच्या वेळी मी गप्प बसलो, पण त्यांनी माझा एक पैसा दिला नाही," परब तिच्याकडे निरखून बघत म्हणाला.

चारुलता बोलायचा प्रयत्न करत होती, पण तिच्या तोंडातून शब्द फुटत नव्हता.

ती तशीच उभी राहिली. परब तिच्याकडे निरखून पाहत होता.

परब परत आला आहे, हे दिवाकरला माहीत होतं. तो आज दिवाकरला शोधत येणार, याचीही दिवाकरला कल्पना होती. तरीही दिवाकर रात्री चारुलताला एकटीला सोडून स्वतः बाहेर निघून गेला होता. तिच्या मनात दिवाकरबद्दल संतापाची तिडीक उठली. परब तिच्याकडे निरखून पाहत राहिला. चारुलता बोलायचा प्रयत्न करत होती; पण तिच्या तोंडून शब्द फुटत नव्हता. याक्षणी आपण अगदी असहाय्य आहोत, तिला जाणवलं. आज आपल्यावर ही वेळ येऊ शकते, हे माहीत असून सुद्धा बाहेर निघून जाणाऱ्या दिवाकरबद्दलचा संताप तिच्या मनात धुमसू लागला.... आज हे असं घडू शकतं, हे माहीत असून सुद्धा दिवाकर बाहेर निघून जाऊ कसा शकला?....की.... की.... परब घरी येणार याची दिवाकरला खात्री होती... स्वतःला परबसमोर उभं रहायची वेळ येऊ नये, म्हणून तो मुद्दाम घराबाहेर राहिला आहे...? आपली बायको परिस्थिती सांभाळून घेईल, असं दिवाकरला वाटलं? हेच खरं आहे... हा स्वतः पळून गेला आहे आणि आपल्याला त्यानं परबसमोर ढकललं आहे.... चारुलताला दिवाकरची घृणा वाटली.... परब आता तिच्या थोडं जवळ सरकला होता. त्याची नजर तिच्या चेहऱ्यावर खिळली होती.... तिला परबची प्रचंड भीती वाटली... तिला या परिस्थितीत टाकणाऱ्या दिवाकरबद्दल तिच्या मनात तिरस्काराची लाट आली...

ती थरथरू लागली. परबची ती नजर सहन करणं तिला असह्य झालं.

अंगातली सगळी ताकद गोळा करत ती म्हणाली, ''ते बाहेर गेले आहेत, उद्या सकाळी येतील.''

चारुलताचं शरीर थरथरत होतं व आवाज भीतीने कापत होता.

''ठीक आहे, मी त्याला उद्या सकाळी तो आल्यावर इथेच भेटतो. आज रात्री मी इथेच थांबतो,'' परब म्हणाला.

ते ऐकून इतकावेळ मुलांजवळ उभा असलेला वसंत बाहेर आला.

''दिवाकरमामा तुमचे किती पैसे देणं लागतो,'' त्यानं परबला विचारलं.

''तुम्ही कोण?'' परबने विचारलं.

''दिवाकरांचा भाचा! दिवाकरमामा तुमचे किती पैसे देणं लागतो?'' आता वसंतचा आवाज अतिशय गंभीर झाला होता.

''व्याजासकट चौतीस हजार,'' परब म्हणाला.

''मी तुम्हाला आता पंधरा हजार देतो. बाकीचे एका महिन्यात देतो,'' वसंत निर्णायक आवाजात म्हणाला.

त्यानं खिशातून पंधरा हजार रुपये काढले व परबच्या हातात ठेवले. परबने पैसे मोजून घेतले व तो निघून गेला. वसंतने दरवाजा लावून घेतला. त्यानं चारुलताकडे बघितलं. ती पांढरी फटक पडली होती. मुलं पडद्याला धरून उभी होती. ती प्रचंड घाबरली आहेत, हे दिसत होतं. वसंतने दोघांना त्यांच्या अंथरुणावर झोपवलं. पडदा ओढून घेतला व तो बाहेरच्या खोलीत आला.

चारुलता भिंतीचा आधार घेऊन उभी होती. तिचा चेहरा अजूनही पांढरा फटफटीत पडला होता. शरीर अजूनही थरथरत होतं. डोळे पाण्याने भरून आले होते. वसंत तिच्याजवळ गेला.

''आता सगळं ठीक आहे मामी. तू काळजी करू नकोस,'' तो हळुवारपणे म्हणाला. चारुलताने त्याच्याकडे पाहिलं.

''आज तू आला नसतास तर माझी काय अवस्था झाली असती देव जाणे!'' ती कसंबसं म्हणाली.

तिचे डोळे भरून वाहू लागले व शरीर थरथरू लागलं. त्यानं तिचा हात हातात घेतला.

''आता सगळं ठीक आहे ना? मग तू आता शांत हो बघ,'' तिची समजूत घालत तो तिला म्हणाला. त्याच्या समजुतीच्या शब्दांनी तिला अधिकच रडू कोसळलं.

"भाऊसाहेब म्हणजे?" श्रीधरने विचारलं.

"भाऊसाहेब म्हणजे आमचे देव," गणेशने उत्तर दिलं.

ते ऐकून श्रीधर शांत बसून राहिला.

"त्यांनी तुम्हाला रात्री आठ वाजता बोलावलं आहे. मी तुम्हाला संध्याकाळी सात वाजता तुमच्या घरून पिकअप करेन. आता तुम्ही घरी जाऊन थोडा आराम करा. मोरेंची गाडी तुम्हाला घरी सोडेल," गणेशने सांगितलं.

श्रीधर उठला. गणेश त्याचा हात हातात घेऊन 'बाय' म्हणाला व नंतर श्रीधर मोरेकडे वळला. कमरेत किंचित झुकून आणि छातीवर हात ठेवून 'जय महाराष्ट्र' म्हणाला आणि तिथून बाहेर पडला.

श्रीधर केबिनबाहेर आला. हणमंते त्याला गाडीपर्यंत घेऊन गेला. त्याला गाडीत बसवलं. ड्रायव्हरला, "साहेबांना घरी घेऊन जा," असं सांगून तो निघून गेला. श्रीधरने ड्रायव्हरला त्याच्या घराचा पत्ता सांगितला व गाडी सुरू झाली.

जे काही घडत होतं ते सगळंच श्रीधरला अनपेक्षित होतं. आपले अडकलेले पैसे कधी मिळतील, याची आशाही श्रीधरने सोडली होती. बँक आज ना उद्या आपल्या घरावर आणि कारखान्यावर जप्ती आणणार, यासाठी त्याच्या मनाची तयारी झाली होती. आपली सगळी मालमत्ता जप्त करून विकल्यानंतरसुद्धा बँकेचं कर्ज फिटेल का, याची त्याला काळजी होती. आज अचानक पैसे वसूल होऊ लागले तसे मिळालेले सगळे पैसे बँकेला देऊन जप्ती टाळावी,

असा त्याचा विचार होता. त्यानंतर शक्य तितक्या लवकर कारखान्यातील यंत्रसामग्री आणि नंतर जागा आणि त्यानंतर गरज पडली तर आपलं राहतं घरसुद्धा विकून बँकेचं संपूर्ण कर्ज फेडावं. त्यानंतर कुठे एखादी नोकरी मिळाली तर पाहावी आणि नाही मिळाली तर गावी जाऊन शिकवण्या घेत जगावं, असे विचार त्याच्या मनात पक्के व्हायला लागले होते; आणि त्याचवेळी त्याला ही कल्पनेपेक्षासुद्धा चांगली संधी मिळत होती. पण या संधीला दुसरी तितकीच काळी बाजूही होती. जर उद्या काही चूक झाली तर पुढे जाऊन कदाचित श्रीधरला जीवसुद्धा गमवावा लागला असता. त्या विचारानेच त्याचं मन थरथरलं.

घरी फोन करून वडिलांशी याविषयी बोलावं असं त्याला वाटलं. ते या प्रस्तावाला ठाम नकार देणार, याची त्याला खात्री होती. उलट त्यांनी आणि आईने या सगळ्या प्रकाराचं फार दडपण घेतलं असतं. म्हणून बाबांशी बोलायचा विचार त्यानं बाजूला सारला. वसंतशी यासंबधी बोलावं, असं त्याला वाटलं; पण तो लहान होता. या बाबतीत सल्ला देण्याइतका अनुभव त्याच्याकडे नव्हता. शिवाय आपण पैसे वसूल करण्यासाठी गुन्हेगारी जगाची मदत घेतली आहे, हे वसंतला आत्ता तरी न कळलेलं बरं, असं श्रीधरला वाटलं. जो काही निर्णय घ्यायचा तो त्याला स्वत:ला घ्यायचा होता.

तरीही वसंतशी काहीतरी बोलावं, असं वाटलं. म्हणून त्यानं वसंतला फोन केला. वसंतने फोन उचलला. काय बोलावं, हे श्रीधरला कळेना... जे काही घडत होतं ते फोनवर सांगण्यासारखं नव्हतं...

“दादा, बोल ना... हॅलो...” वसंत म्हणाला.

“अरे... वसंत... कसा... कुठे आहेस?” काहीतरी विचारायचं म्हणून त्यानं विचारलं.

“मी दिवाकरमामाच्या घरी आहे... चारूमामीशी बोलतोस का?” वसंतने विचारलं.

“नको... आत्ता नको... मी नंतर बोलेन,” श्रीधर म्हणाला.

“काही बोलायचं होतं का दादा?” वसंतने विचारलं.

“नाही रे... काही काम नव्हतं... सहजच फोन केला होता... नंतर बोलतो...” असं म्हणून त्यानं फोन ठेवला.

अचानक निर्माण झालेल्या परिस्थितीबद्दल किंवा स्वत:च्या मनात उठलेल्या कल्लोळाबद्दल श्रीधर काहीच बोलला नव्हता; पण तरीही वसंतशी नुसतं बोलूनही त्याला बरं वाटलं होतं.

तो विचारांमध्ये बुडाला असतानाच गाडी घरापर्यंत आली. श्रीधर फ्लॅटमध्ये आला. त्यानं आत्ता मिळालेले पैसे आणि चेक व्यवस्थित कपाटात ठेवले आणि

सरळ स्वत:ला गादीवर झोकून दिलं. सकाळपासून अनुभवत असलेल्या घटनांचा त्याला प्रचंड शीण आता जाणवला. पडल्यापडल्या त्याला झोप लागली. अर्ध्या तासाने त्याला अचानक जाग आली. त्यानं घड्याळात बघितलं. साडेसहा वाजत होते. त्यानं दहा मिनिटांत अंघोळ केली. कपडे बदलले. तेवढ्यात गणेशचा फोन आला. तो श्रीधरच्या घराखाली पोहोचला होता. श्रीधरने देवाला नमस्कार केला आणि तो खाली आला. खाली गणेशची गाडी उभी होती. श्रीधर गाडीत बसला. गाडीत गणेश एकटाच होता. मोरे त्यांच्याबरोबर नव्हता. श्रीधरला हे अपेक्षित होतं. गणेशने गाडी सुरू केली. गाडी धावू लागली.

वाटेत कुणीच कुणाशी फारसं बोललं नाही. वरळी सीफेसवरच्या एका बंगल्याच्या फाटकासमोर गाडी थांबली. फाटकावर दोन सिक्युरिटी गार्ड्स उभे होते. त्यांच्या हातात अत्याधुनिक बंदुका दिसत होत्या. त्यातला एक गाडीजवळ आला. गणेशला बघून त्यानं कडक सलाम ठोकला. तो गणेशला चांगलाच ओळखत असावा. गणेशने गाडी फाटकातून आत आणून थांबवली. तेवढ्यात एक ड्रायव्हर धावत गणेशजवळ आला. त्यानं गणेशला सलाम केला आणि त्याचा दरवाजा उघडून धरला. गणेशने गाडीची चावी त्याच्या हातात दिली. श्रीधर आणि गणेश खाली उतरले. श्रीधरने समोर पाहिलं. एक गढीवजा दुमजली बंगला दिसत होता. बंगल्याच्या चारीही बाजूंना थोडी मोकळी जागा असावी. थोडं अंतर चालून ते पोर्चमध्ये आले. पोर्च ओलांडल्यावर एक दरवाजा होता. तिथे दोन सुरक्षा अधिकारी उभे होते. एक मेटल डिटेक्टर लावला होता. आत जाण्यासाठी एक माणूस उभा होता. सुरक्षा अधिकारी त्याची कसून तपासणी घेत होते. थोडं जवळ गेल्यावर त्या माणसाचा चेहरा दिसला. त्याचे फोटो श्रीधरने बिझनेस मॅगझिन्समध्ये पहिले होते. तो भद्रेश जैन होता. तो देशातल्या एका फार मोठ्या ज्वेलरी कंपनीचा सी.ई.ओ. होता. तो स्वत:ची अशी तपासणी विनातक्रार करून घेत होता, याचं श्रीधरला आश्चर्य वाटलं. त्याची तपासणी संपल्यावर मेटल डिटेक्टर यंत्रामधून त्याला आत सोडण्यात आलं. त्यानंतर सुरक्षा अधिकाऱ्यांनी श्रीधरची तपासणी घेतली. तपासणी पूर्ण झाल्यावर श्रीधरला आत सोडण्यात आलं. गणेशची तपासणी कुणीही घेतली नाही.

"ती कॉपी आपल्याला कशी मिळवता येईल, याबद्दल मी पोलिसांतल्या माझ्या माणसांशी बोलतो," बऱ्याच वेळानं यशवंत म्हणाला.

"त्यांना मिळालेल्या माहितीच्या आधारावर जर त्यांनी काही ॲक्शन घेतली आणि सी.बी.आय. किंवा ई.डी. यांच्याकडे तक्रार नोंदवली तर ते सर्वांत पहिल्यांदा चौकशीसाठी तुला बोलावतील," सुधीर म्हणाला.

"माझ्याकडून त्यांना कसलीही माहिती मिळणार नाही, याची खात्री बाळग," यशवंतच्या आवाजात निर्धार होता.

सुधीर काहीवेळ शांत बसला. "मी या सगळ्या विषयाबद्दल संघटना प्रमुखांशी तपशीलवार चर्चा केली आहे," तो सावकाश म्हणाला.

यशवंत काही न बोलता सुधीरच्या चेहऱ्याकडे पाहत राहिला. सुधीर काही क्षण शांत बसला आणि मग सावकाश म्हणाला, "तू सध्या देश सोडून जावंस असा सल्ला तुला संघटना प्रमुखांनी दिला आहे."

तो काय म्हणतो आहे, हे यशवंतला क्षणभर कळलं नाही.

सुधीर पुढे बोलायला लागला, "तू भारत सोडून काही दिवस दुसऱ्या देशात जाऊन राहा. तू तुला सोयीचा वाटेल, असा देश निवड. तिथे तुला सेटल होण्यासाठी आम्ही सगळी मदत करू. इथला आपला व्यवसाय तू दुसऱ्या देशातून सुद्धा चालवू शकतोस. एकदा निवडणुका पार पडल्या आणि सगळं स्थिरस्थावर झालं,

यशवंत

की तू पुन्हा परत ये.''

यशवंत काही बोलला नाही. संघटना प्रमुखांचा सल्ला म्हणजे आदेश असतो, हे यशवंतला माहीत होतं आणि आपल्याला हा आदेश सुधीरच्या सल्ल्यावरून दिला गेला आहे, हे त्याच्या लक्षात आलं होतं.

एकदा भारत सोडल्यावर कदाचित तो परत कधीही भारतात येऊ शकणार नाही, हे त्याला माहीत होतं. भारत सोडून जाण्याचा आदेश तो नाकारूही शकत नव्हता. जर त्यानं भारताबाहेर जाण्यासाठी नकार दिला असता, तर कदाचित त्याला जीव गमवावा लागला असता. यशवंतने भारत सोडण्याची तयारी सुरू केली.

भारत सोडून जाणं म्हणजे स्थिरावलेलं आयुष्य पुन्हा एकदा अस्थिरतेच्या वादळात ढकलून देण्यासारखं होतं. दुसऱ्या देशात स्थिरावण्यासाठी व्यवस्था करण्याचं सुधीर किंवा अगदी संघटना प्रमुखांनी कितीही आश्वासन दिलं, तरीही परक्या देशात मदत करण्याच्या त्यांच्या क्षमतेला खूपच मर्यादा होत्या. तिथे जे काही करायचं ते यशवंतला स्वत:लाच करावं लागणार होतं. दुसऱ्या देशात राहून भारतातल्या त्याच्या धंद्यांवर नियंत्रण ठेवणं अतिशय अवघड होतं. त्याच्या साम्राज्यामध्ये वैध आणि अवैध या दोन्ही घटकांचं मिश्रण होतं, त्यामुळे इथे हजर न राहता इथल्या कामकाजावर ताबा ठेवणं अधिकच अवघड होतं.

पूर्वी भारतात अवैध धंदे चालवणारे काही गुन्हेगार, डॉन किंवा माफिया दुबई किंवा अति पूर्वेकडच्या देशात राहून मुंबईतल्या त्यांच्या सगळ्या कारभारावर पूर्ण नियंत्रण ठेवायचे. पण आता ते शक्य नव्हतं. त्या वेळी या माफियांचे काही राजकारणी लोकांशी संबंध असायचे. या माफियांच्या धंद्यातून येणाऱ्या पैशांची राजकारण्यांना गरज असायची. त्या पैशांसाठी ते त्या माफियांवर एक प्रकारे अवलंबून असायचे. त्यामुळे पोलीस किंवा तत्सम सरकारी यंत्रणांच्या मदतीने ते त्या माफियांना प्रत्यक्ष किंवा अप्रत्यक्ष मदत करायचे. राजकारण्यांच्या या कृपाछत्रामुळे ते माफिया परदेशात राहूनही मुंबईतल्या त्यांच्या धंद्यांवर नियंत्रण ठेवून असायचे. पण आता परिस्थती बदललेली होती. त्या वेळच्या माफियांची मुले, पुतणे किंवा भाचे आज स्वत:च राजकीय नेते बनले होते. त्यापैकी काहीजण मंत्री झाले होते. बरेच राजकीय नेते स्वत:च माफिया गँगमधून राजकारणात आले होते. या सर्वांचं स्वत:च अवैध पैसे निर्माण करणारं आणि तो पचवणारं आर्थिक जाळं होतं. म्हणून ते बेहिशेबी पैशांसाठी कुणावर अवलंबून नव्हते.

आज धंद्यावर यशवंतची घट्ट पकड होती. सुधीर, संघटनाप्रमुख आणि इतर राजकीय नेत्यांना त्याच्या आर्थिक व्यवहारांसाठी यशवंतची गरज होती. पण तो इथून गेला, की आपल्या विश्वासातल्या दुसऱ्या एखाद्या अनुभवी माणसाला त्याच्या जागी आणून ते आपले व्यवहार पूर्वीच्याच सुरळीतपणे चालवू शकणार होते. त्यासाठी

त्यांना यशवंतची गरज उरणार नव्हती. पण यशवंतला दुसऱ्या देशात जाऊन तिथे स्वत:चा आर्थिक स्रोत निर्माण करावा लागणार होता. इथून तो त्याचे पैसे घेऊन गेला तरी त्यावर मर्यादा असणार होती. जगातल्या कुठल्याही बँकेत त्यानं पैसे ठेवले तरी ते पूर्ण सुरक्षित असणार नव्हते. ई.डी. किंवा तत्सम संस्थेनं त्याच्या विरुद्ध कारवाई सुरू केली तर त्याची खाती गोठवली गेली असती. इथल्या पैशांवर तो अवलंबून राहू शकत नव्हता. दुसऱ्या देशात त्याला पुन्हा नव्यानं काही उद्योग सुरू करावा लागणार होता... यशवंत हे आव्हान स्वीकारणार होता.

यशवंतला जाण्यासाठी कुठला देश निवडावा इथून विचाराला सुरुवात करायची होती. सर्वांत सोपं आणि जवळचं नाव डोळ्यांसमोर येत होतं ते दुबई. पण एक प्रकारे भारतीय माफियांचं ते आश्रय स्थान होतं. एकेकाळी व्यवसायानिमित्त यशवंतच्या संपर्कात आलेले काही गँगस्टर्स आणि माफिया आज दुबईमध्ये बस्तान बसवून होते. यशवंतला आता परत त्यांच्या संपर्कात जाण्याची इच्छा नव्हती, म्हणून त्यानं दुबईचा विचार ताबडतोब रद्द केला. काहीशा अशाच कारणासाठी अति पूर्वेकडचे देशसुद्धा रद्दबातल ठरले. इंग्लड किंवा मध्य युरोपांतले देश चालले असते; पण भारतीय इमिग्रन्ट्सविषयी, त्यांच्या त्या देशातल्या गुंतवणुकीविषयी तिथले कायदे पुरेसे स्पष्ट नव्हते. काही अडचण आल्यास अशा भारतीय नागरिकांना परत भारत सरकारच्या हाती सोपवण्याविषयी त्या देशांच्या आणि भारत सरकारच्या करारनाम्यात खूप संग्दिधता होती, म्हणून त्यानं त्या देशांचा विचार सोडून दिला. स्वित्झर्लंड खूप शांत देश होता. तिथे त्याला त्यांच्या कायद्याचं संरक्षणसुद्धा मिळालं असतं, पण तिथे वास्तव्य करण्यासाठी लागू असलेले निकष खूपच कडक होते. ते जरी यशवंतने पूर्ण केले असते, तरी ती सगळी औपचारिकता पूर्ण होण्यासाठी बराच वेळ लागला असता, त्यामुळे स्वित्झर्लंडचा विचारसुद्धा रद्द करावा लागला.

'कॅरेबियन बेटे' किंवा 'सायप्रस'सारख्या देशांमध्ये त्यानं पैसे कुठून आणले, याची सरकारने कसलीही चौकशी केली नसती. त्याला त्या पैशांवर कसलाही कर भरावा लागला नसता. पण तिथे कुठलाही उद्योग सुरू करायला वाव नव्हता. शेवटी सगळ्या बाजूने विचार करून आपल्या वकिलांचा, चार्टर्ड अकाउंटंट्सचा आणि कर सल्लागारांचा सल्ला घेऊन स्थलांतरित होण्यासाठी त्यानं 'मॉरिशस' या देशाची निवड केली.

आयुष्याच्या मध्यावर एका नवीन देशात जाऊन एखादा नवा उद्योग उभा करणं, हे फार मोठं आव्हान होतं. यशवंतने ते आव्हान स्वीकारलं होतं. त्याचं आयुष्य मार्गी लागण्यासाठी यशवंतला ते आव्हान स्वीकारणं भागच होतं!!

यशवंतने मुंबईतल्या 'मॉरिशस' सरकारच्या वकिलामार्फत 'मॉरिशस' सरकारशी

बोलणी सुरू केली. 'मॉरिशस'मध्ये उद्योग उभा करण्यासाठी पूर्ण सहकार्य करण्याचं आश्वासन 'मॉरिशस सरकार'ने यशवंतला दिलं. भारत आणि 'मॉरिशस'मधल्या अंतर्गत करारनाम्यानुसार भारतीय नागरिकाला 'मॉरिशस'मध्ये केलेल्या गुंतवणुकीवर आणि त्यामधून मिळवलेल्या नफ्याच्या कर आकारणीत अनेक सोयी-सवलती देण्यात येत होत्या.

त्यासाठी 'मॉरिशस'ला जाण्यापूर्वी यशवंतला तो तिथे स्थापन करणाऱ्या कंपनीत बनणाऱ्या उत्पादनाची थोडक्यात माहिती व संचालक आणि भागीदारांचं 'भागीदारी पत्र', 'मॉरिशस वकिलाती'त देणं आवश्यक होतं. त्या आधारावर त्या कंपनीची ताबडतोब 'मॉरिशस'मध्ये नोंदणी होणार होती. 'मॉरिशस सरकार' नव्याण्णव वर्षांच्या करारावर नाममात्र भाड्याने कारखान्यासाठी जागा देणार होतं. एक मोठी रक्कम 'मॉरिशस'मधल्या त्या कंपनीच्या खात्यात जमा करता येणार होती. गुंतवणूक मोठी होती म्हणून तो ताबडतोब 'मॉरिशस'ला स्थलांतरित होऊ शकत होता. वकिलात यशवंतची पुढची मीटिंग 'मॉरिशस'मध्ये खुद्द 'मॉरिशस'च्या उद्योगमंत्र्यांबरोबर आयोजित करून देणार होती.

पण 'मॉरिशस' हा पर्यटनप्रधान देश होता. तिथे कोणत्याही प्रकारचं प्रदूषण निर्माण होऊ नये,यासाठी सरकार दक्ष होतं. त्यामुळे तिथं काही काही मोजकेच उद्योग उभे करायला परवानगी होती. 'मॉरिशस'मध्ये ऊस मुबलक प्रमाणात पिकत होता. त्यामुळे तिथे उभारल्या जाणाऱ्या उद्योगांमध्ये ऊस हा कच्चा माल वापरला जावा, अशी त्या सरकारची अपेक्षा होती. साहजिकच उसापासून साखर बनवण्याचा कारखाना उभारण्याचा विचार यशवंतच्या मनात आला. पण तिथे आधीच अनेक साखर कारखाने होते. मागणीपेक्षा उत्पादन जास्त झाल्याने ते सगळेच तोट्यात होते. त्याखेरीज या कारखान्यांतून मळी हे दुर्गंधीयुक्त प्रदूषण निर्माण करणारं रसायन बाहेर पडायचं. मॉरिशसच्या उत्पन्नाचं मुख्य साधन असलेल्या पर्यटन व्यवसायावर त्याचा विपरीत परिणाम होत होता. त्यामुळे अजून एका नवीन साखर कारखान्याला परवानगी द्यायला मॉरिशस सरकारने स्पष्ट नकार दिला. पण त्याचवेळी उसापासून एखादं नवीन उत्पादन बनवण्याचा उद्योग सुरू केला तर सरकार त्या कंपनीला आणि त्यामध्ये झालेल्या गुंतणुकीला संपूर्ण संरक्षण देईल, हेही सांगितलं. यशवंतसाठी हे अतिशय महत्त्वाचं होतं. जर त्याच्या कंपनीमध्ये झालेल्या गुंतवणुकीला 'मॉरिशस सरकार'चं संरक्षण मिळालं तर यशवंत इथले त्याचे सगळे पैसे 'मॉरिशस'मध्ये ट्रान्सफर करू शकणार होता. ते तिथे संपूर्ण सुरक्षित राहणार होते.

यशवंतने याबाबत गणेशशी चर्चा केली.

गणेश यशवंतचा सख्खा मावसभाऊ होता. यशवंतच्या आईच्या सख्ख्या लहान बहिणीचा तो मुलगा. तो यशवंतपेक्षा दहा वर्षांनी लहान होता. तो अभ्यासात

हुशार होता. तो चार्टर्ड अकाउंटंट झाला. त्याला कुठेही उत्तम नोकरी मिळाली असती, पण त्याला यशवंतबरोबर काम करायचं होतं. यशवंतचा धंदा विस्तारत होता. त्यालाही हुशार व विश्वासू माणसाची गरज होती. गणेश यशवंतबरोबर काम करायला लागला त्यालाही आता दहा वर्षं उलटून गेली होती. गणेशने यशवंतच्या उद्योगाला एक व्यावसायिक शिस्त दिली होती. यशवंतकडे अनेक व्यावसायिक सल्लागार होते, पण आता धंद्यासंबंधीच्या प्रत्येक महत्त्वाच्या बाबतीत यशवंत गणेशचा सल्ला घ्यायचा.

नंतर यशवंतने गणेशला बरोबर घेऊन आपल्या इतर व्यावसायिक सल्लागारांशी विचारविनिमय करायला सुरुवात केली. गणेशनं उसापासून एखादं नवीन उत्पादन निर्माण होण्याची शक्यता आणि त्यासाठी लागणारं तंत्रज्ञान यावर अभ्यास करू लागला. त्यानं काही पुस्तकं वाचली, नेटवर माहिती-संदर्भ तपासले, काही तंत्रशिक्षण देणाऱ्या संस्थांशी आणि लघुउद्योग संस्थांशी चर्चा केली. उसाच्या मळीपासून 'इथेनॉल' नावाचं अल्कोहोल तयार करता येत होतं. भारतातसुद्धा ते तयार होत होतं. 'मॉरिशस'मधले काही कारखाने ते तयार करत होते. पण त्यातून आर्थिक फायदा नव्हता. त्यामुळे मॉरिशस सरकारला त्यामध्ये स्वारस्य नव्हतं. तंत्रशिक्षण संस्थांनी काही नवी 'रासायनिक संयुगं' बनवता येतील, असं सांगितलं. पण ते संशोधन पूर्ण होऊन कारखान्यात उत्पादन बनायला किमान दोन वर्षं लागली असती. यशवंतवर लवकरात लवकर भारत सोडण्यासाठी दडपण वाढत होतं. जास्तीत जास्त अजून एखादा महिना तो इथे राहू शकत होता.

यशवंत लवकरात लवकर कारखाना उभा करून त्या कारखान्यात निर्माण करता येईल, असं उसापासून बनणारं नवं उत्पादन शोधत होता.

त्याच वेळी एके दुपारी भांडुपचा मोरे यशवंताला भेटायला आला. मोरे हा संघटनेसाठी वाद मिटवणे आणि वसुली करणे ही कामे करायचा. प्रत्येक महिन्याला जमा झालेल्या पैशातून वरिष्ठ सांगतील, तितके पैसे तो यशवंतकडे नेऊन द्यायचा. यशवंत ते पैसे योग्य त्या धंद्यात लावत असे आणि ते कुठे लावले आहेत, ते वरिष्ठांना कळवायचा. मोरेला त्याबद्दल काही सांगायची गरज नसे. आपण दिलेल्या पैशाचं पुढे नेमकं काय होतं, हे मोरेला कधीच कळलं नाही. पण यशवंतभाऊ हा बरेच मोठे उद्योग चालवतो हे मोरेला चांगलं माहीत होतं आणि त्यामुळेच संघटनेच्या इतर पदाधिकाऱ्यांप्रमाणेच मोरेलासुद्धा यशवंतभाऊबद्दल आदर वाटत असे.

त्या दिवशी मोरेने पैशाची बॅग यशवंतच्या हातात दिली. यशवंतने तावडेला बोलावून पैसे मोजून घेऊन नेहमीप्रमाणेच एका कागदावर पोच लिहून द्यायला सांगितली. मोरेंसाठी चहा मागवला. तो चहा पीत असतानाच तावडे पोच घेऊन आला. रक्कम बघून त्यावर स्वत:च्या नावाची आद्याक्षरं लिहून त्यानं तो कागद

मोरेकडे दिला.

तो खिशात ठेवता ठेवता मोरे म्हणाला, ''भाऊ तुम्ही इतकी वर्षं सगळ्या गोष्टी किती काटेकोरपणे करता. आम्हा सगळ्यांनाच तुमचा आदर वाटतो.''

''धंदा सांभाळण्यासाठीच्या या साध्या गोष्टी आहेत मोरे. त्यात काही विशेष नाही,'' यशवंत म्हणाला.

''धंदा सांभाळणं सोपं नाही भाऊ. आपल्या मराठी लोकांना तर ते मुळीच जमत नाही,'' मोरेने सांगितलं.

''ते दिवस गेले. आता तरुण पोरं धंद्यात उतरायला लागली आहेत,'' यशवंत म्हणाला.

''ते भलेही उतरतील; पण त्यांना धंदा जमत नाही. आता ढोलकीया वकीलसाहेबांकडे एका मराठी पोराच्या अडकलेल्या पैशाच्या वसुलीच्या कामासाठी गेलो होतो,'' मोरे म्हणाला.

यशवंतचं मोरेच्या बोलण्याकडे फारसं लक्ष नव्हतं. तो मोबाइलवर काही मेसेज वाचत होता.

''पोरानं नवीन रंग शोधला. कारखान्यात बनवला; पण कुणाला विकायचं ते कळलं नाही. पैसे अडकले,'' मोरे म्हणाला.

यशवंत आता मोबाइलवर मेसेज लिहीत होता.

''चांगला उसाच्या रसापासून रंग बनवायचा कारखाना होता. आता बंद करायची पाळी आली आहे.''

यशवंतने मेसेज लिहिणं थांबवलं. मोरेकडे पाहिलं.

''कसला कारखाना म्हणालास?'' त्यानं मोरेला विचारलं.

''उसाच्या रसापासून रंग बनवायचा कारखाना,'' मोरे म्हणाला.

यशवंतभाऊ आपल्या बोलण्यात रस घेऊन आपल्याला काही विचारतो आहे, याचाच मोरेला आनंद झाला. त्यानं यशवंतला श्रीधरबद्दल सांगायला सुरुवात केली. असिस्टंट कमिशनर जाधवने श्रीधरला आपल्याकडे कसं पाठवलं आणि आपण श्रीधरचे पैसे कसे वसूल करतो आहोत, हे सांगितलं.

''तो पोरगा, काय नाव त्याचं-श्रीधर, तो कसा आहे?''

''फार शिकलेला आहे; पण दुनियादारीची अक्कल नाही,'' मोरेने स्वत:चं मत मांडलं.

यशवंतने इंटरकॉमवरून गणेशला बोलवून घेतलं.

गणेश आला. मोरे आणि गणेश दोघांनी एकमेकांना नमस्कार केला.

''मोरेकडे वसुलीसाठी एक काम आलं आहे. तरुण पोरगा आहे. त्यानं उसाच्या रसापासून रंग बनवायचा कारखाना टाकला आहे, असं मोरे सांगतोय.''

यशवंत म्हणाला.

मोरेनं परत श्रीधरची गोष्ट सांगितली.

''मोरे, गणेशची त्या पोराबरोबर ओळख करून दे,'' यशवंतने सांगतलं.

''होय भाऊ, तुम्ही सांगाल तेव्हा त्याला बोलवून घेतो,'' मोरे म्हणाला.

''उद्या सकाळी,'' यशवंतनं सांगितलं.

दुसऱ्या दिवशी दुपारी गणेश यशवंतच्या केबिनमध्ये आला. तो श्रीधरला भेटून आणि त्याचा कारखाना पाहून आला होता.

''मी त्या श्रीधरला भेटलो. त्यानं उसाच्या रसापासून रंग बनवण्याची जी टेक्नॉलॉजी शोधली आहे, त्यामध्ये दम असावा असं वाटतं. त्याच्या टेक्नॉलॉजीने बनवलेल्या रंगांची सॅम्पल्स घेऊन मी ती कशी आहेत, याची तपासणी करण्याकरता एका प्रयोगशाळेत पाठवली आहेत. तासाभरात त्याचे रिपोर्ट मिळतील,'' गणेश उत्साहाने म्हणाला.

''त्याचा कारखाना बघितलास?'' यशवंतने विचारलं

''हो. आता बंद आहे; पण थोडे पैसे घातले, की लगेच सुरू होऊ शकतो.''

''असाच कारखाना तिकडे 'मॉरिशस'मध्ये उभा करता येऊ शकेल?'' यशवंतने विचारलं.

''त्यामध्ये काहीच अडचण नाही; उलट लागणारी यंत्रसामग्री आपण तिकडे सुद्धा बनवून घेऊ शकतो,'' गणेशनं उत्तर दिलं.

''मुलगा कसा आहे?'' यशवंतन विचारलं.

''त्याला नॉलेज आहे,पण धंद्याचा अनुभव नाही. साधा सरळ वाटतो,'' गणेश म्हणाला.

''या फाइलमध्ये त्याच्या टेक्नॉलॉजीची माहिती, कारखान्याचा नकाशा, जमा-खर्चाचे महत्त्वाचे मुद्दे आणि बिझनेस वाढवायचा प्लॅन हे सगळं लिहिलेलं आहे,'' असं म्हणत गणेशने ती फाइल यशवंतसमोर ठेवली.

यशवंत ती फाइल वाचायला लागला. काही गोष्टी त्यानं गणेशकडून समजून घेतल्या व गणेशला काही सूचना दिल्या.

''मॉरिशस ॲम्बसीला देण्यासाठी एक छोटं; पण व्यवस्थित प्रपोजल बनव,'' त्यानं गणेशला सांगितलं.

तो पर्यंत प्रयोगशाळेतून रंगांच्या सॅम्पल्सचा ॲनॅलिसिस रिपोर्ट आला. गणेशने तो रिपोर्ट यशवंतकडे दिला. यशवंतने तो रिपोर्ट व्यवस्थित वाचला. श्रीधरच्या कारखान्यात बनलेले रंग उत्तम, परिणामकारक आणि टिकाऊ असल्याचं त्या रिपोर्टमध्ये लिहिलं होतं.

''हे सुद्धा प्रपोजलला जोड,'' यशवंतने रिपोर्ट गणेशाकडे परत देत त्याला

सांगितलं.

तासाभराने गणेश प्रपोजल घेऊन आला. यशवंत ते एकाग्रतेने वाचू लागला. यापूर्वी त्यानं अशी अनेक प्रपोजल्स बारकाईने वाचली होती. त्यांतून अनेक धंदे आणि कंपन्या उभ्या केल्या होत्या. त्यामधून अनेक लोकांनी फायदा मिळवला होता. पण या वेळी तो तेच काम स्वत:साठी करत होता. ही नवी कंपनी सुरू होणं, आणि यशस्वी होणं, यशवंतच्या स्वत:च्या अस्तित्त्वासाठी आवश्यक होतं.

यशवंतने फाइल खाली ठेवली. गणेशला बोलवून घेतलं. ते प्रपोजल मॉरिशस ॲम्बसीला पाठवून द्यायला सांगितलं.

रात्री उशिरा ॲम्बसीमधून फोन आला. त्यांनी यशवंतचं प्रपोजल स्वीकारलं होतं. आता त्यांना कंपनीचे संचालक आणि त्यांचा कंपनीतला शेअर याचं ॲग्रीमेंट हवं होतं. ते मिळालं, की ताबडतोब 'मॉरिशस'मध्ये कंपनीची अधिकृत नोंदणी केली जाणार होती. कंपनीचे व्यवहार पाहण्यासाठी यशवंत 'मॉरिशस'मध्ये स्थलांतरित होऊ शकणार होता.

यशवंत

इंटरकॉम वाजत होता. यशवंतला भानावर यायला काही क्षण लागले.

यशवंतला भूतकाळ उगाळत बसायला कधीच आवडलं नाही. त्याच्याकडे तेवढा वेळसुद्धा नव्हता. आयुष्य वेगानं पुढे सरकत होतं. आज आयुष्य पुन्हा एकदा नवीन टप्प्यावर येऊन उभं होतं म्हणूनही असेल कदाचित, भूतकाळात घडून गेलेल्या अनेक घटना त्याला आज आठवत होत्या. त्यानं निग्रहानं सर्व बऱ्या-वाईट आठवणींना मागे ढकललं.

त्यानं इंटरकॉम उचलला तेव्हा तो शांत झाला होता. पलीकडे देशपांडे होते.

"गणेश आणि कुलकर्णी वकील बाहेर आले आहेत. पाठवू का?" त्यांनी विचारलं.

"पाठवा." असं सांगून यशवंतने इंटरकॉम खाली ठेवला.

"भाऊ, श्रीधरच्या कंपनीचं ॲग्रीमेंट करायचं आहे, त्यात कोणते क्लॉज घालायचे विचारायला आलो होतो," गणेश म्हणाला.

यशवंतने इंटरकॉमवरून देशपांडेंना चहा पाठवून द्यायला सांगितलं.

काही क्षण तो विचारात गढून गेल्यासारखा शांत बसून राहिला. कुलकर्णी वकील पेन उघडून नोंद करण्याच्या तयारीत बसले.

यशवंत सावकाश म्हणाला, "कंपनीत दोन डायरेक्टर असतील. एक श्रीधर लिमये तीस टक्के शेअर आणि दोन यशवंत जगताप, सत्तर टक्के शेअर."

"तुम्ही स्वत: संचालक होणार?" कुलकर्णी वकिलांनी अचानक आश्चर्यानं विचारलं.

आतापर्यंत यशवंत कुठल्याही कागदोपत्री कंपनीत थेट गुंतला नव्हता, त्यामुळे या कंपनीत 'संचालक' म्हणून जेव्हा त्यानं स्वत:चं नाव सांगितलं, तेव्हा कुलकर्णी वकिलांना आश्चर्य वाटणं स्वाभाविक होतं. पण यशवंतला आता मागच्या आयुष्याशी असलेला संबंध पूर्ण तोडून एका नव्या देशात फक्त एक यशस्वी उद्योजक म्हणून स्वत:ची ओळख निर्माण करायची होती. त्यासाठी कंपनीमध्ये त्याचं नाव असणं आवश्यक होतं.

''हो'' यशवंत पुढे बोलू लागला, ''तंत्रज्ञान, उत्पादन, विक्री ही श्रीधर लिमयेची जबाबदारी. पैसे उभे करणं, प्रशासन, नियोजन यशवंत जगतापांची जबाबदारी. कंपनी सुरुवातीला मुंबई आणि मॉरिशसमधून काम करेल व नंतर हळूहळू मुंबईतील कामं बंद करेल. कंपनीची अधिकृत नोंदणी 'मॉरिशस स्टॉक एक्सचेंज'वर असेल.''

''मॉरिशस?'' कुलकर्णींनी पुन्हा आश्चर्यानं विचारलं.

''हो,'' यशवंत त्यांना थांबवत म्हणाला, ''हे क्लॉज घालून तुमच्या पद्धतीनं ॲग्रीमेंट बनवा. अजून काही तपशील हवे असतील तर गणेशकडे मागा.''

ते दोघे उठून यशवंतला अभिवादन करून निघून गेले.

यशवंतने फोनकडे पाहिलं. गृहमंत्रालयातून आणखी एक मिस्डकॉल होता.

यशवंतने सुधीरला फोन केला. सुधीरने ताबडतोब उचलला.

''माझं काम झालं. लवकरात लवकर निघेन,'' एवढंच तो बोलला.

''ठीक इमर्जन्सी झाली आहे. कळवतो,'' इतकंच बोलून सुधीरनं फोन ठेवला.

त्याचवेळी कुलकर्णी वकील आणि गणेश आत आले...

कुलकर्णी वकिलांनी ॲग्रीमेंट तयार केलं होतं. यशवंतने ते बारकाईनं वाचलं. त्यावर त्याची आणि श्रीधरची सही आवश्यक होती. त्यानं सही केली. साक्षीदार म्हणून कुलकर्णी आणि गणेशने सह्या केल्या. यशवंतला अभिवादन करून कुलकर्णी वकील निघून गेले. यशवंतने देशपांडेंना बोलावून त्यांच्या हातात ते ॲग्रीमेंट दिलं. ते गेल्यावर गणेशाकडे बघून तो म्हणाला, ''संध्याकाळी श्रीधरला घेऊन ये!''

यशवंत दुपारी ऑफिसमध्येच जेवायचा. बहुतेक वेळेस जेवायला त्याच्या बरोबर कामानिमित्त ऑफिसमध्ये त्याला भेटायला आलेला एखादा महत्त्वाचा माणूस असायचा. पण आज श्रीधर दुपारचं जेवण घेण्यासाठी आईच्या खोलीकडे निघाला. तो आईच्या खोलीत आला.

''या वेळी तू इथे कसा?'' त्याला या वेळी तिथे बघून आईला आश्चर्य वाटलं.

''आज तुझ्याबरोबर जेवावंसं वाटलं म्हणून आलो,'' यशवंत म्हणाला. ''तावडेला जेवण इथेच पाठवायला सांगितलं आहे.''

आई त्याच्याकडे पाहत राहिली.

“सध्या मी भायखळ्याला जात नाही, तुझ्याबरोबरच राहीन,” आई त्याच्याकडे पाहत सावकाश म्हणाली.

आईला आपल्या मनातली अस्वस्थता जाणवली आहे, हे यशवंतला समजलं.

“इथे वरळीत तुला आवडत नाही ना? मी तुला आता कुठेतरी भारताबाहेर दुसऱ्या एखाद्या देशात घेऊन जायचा विचार करतो आहे,” यशवंत आवाजात सहजता आणत म्हणाला.

“काही नको. हे आहे ते बरं आहे,” आईने ठामपणे सांगितलं.

“आपण कुठल्यातरी छान देशात जाऊ. निसर्गरम्य वातावरणात मस्त टुमदार घर बांधू आणि मजेत राहू,” यशवंत म्हणाला.

“काही नको छान देश आणि निसर्गरम्य वातावरण... इथे उत्तम आहे...” आई म्हणाली. बोलता बोलता अचानक तिला काहीतरी जाणवलं व ती गप्प झाली. तिने यशवंतकडे बघितलं. काही क्षण शांत राहिली. मग सावकाश म्हणाली, “तुझ्यावर भारत सोडायची वेळ आली आहे?”

यशवंत काहीच बोलला नाही.

“काही हरकत नाही चल... मस्त परदेशात जाऊन राहू... ते परदेशात जाऊन राहतात त्यांना काय म्हणतात रे?” आई म्हणाली.

“फॉरेन रिटन्ड,” यशवंत म्हणाला.

“फॉरेन रिटर्न्ड नव्हे रे.... फॉरेन रिटर्न्ड म्हणजे तिकडे जाऊन परत येतो तो... तिकडे राहतो तो.. काय रे.. एफ.आय.आर. का काय म्हणतात ते...” आई आठवायचा प्रयत्न करत होती...

“ते एन.आर.आय. नॉन रेसिडेन्शियल इंडियन,” यशवंतने सांगितलं.

“हा तेच ते... आपण ते... होऊन जाऊ...” आई म्हणाली.

ती यशवंतकडे पाहत राहिली. यशवंत शांत बसून राहिला. आईने यशवंतचा हात हातात घेतला.

“तू ठीक आहेस ना येशा?” आईनं विचारलं.

यशवंतने होकारार्थी मन डोलावली. आई त्याच्याकडे पाहत होती. यशवंतने आईचा हात घट्ट धरून ठेवला.

यशवंत आईच्या खोलीतून निघून स्वतःच्या ऑफिसमध्ये आला. त्याचा मोबाइल वाजायला लागला. सुधीरचा फोन होता. यशवंतने फोन घेतला. “मी दहा मिनिटांत तुझ्याकडे येतो,” एवढंच बोलून सुधीरने फोन ठेवला. यापूर्वी कधीच सुधीर दुपारच्या वेळी, तेसुद्धा असा फोन करून इतक्या तातडीनं आला नव्हता. काहीतरी अतिशय महत्त्वाचं असणार, हे यशवंतने ओळखलं. सुधीर सरळ यशवंतच्या ऑफिसमध्ये आला. नेहमी तो आईच्या खोलीत जायचा आणि आई तिथे यशवंतला बोलवून

घ्यायची. काहीतरी खूपच महत्त्वाचं घडलं आहे, हे निश्चित होतं. सुधीर यशवंतसमोर बसला.

"तू भारत सोडून जायचा प्लॅन करतो आहेस, हे विरोधी पक्षातल्यांना कळलंय," तो थेट मुद्द्यावर येत म्हणाला.

"कसं कळेल? हे माझ्या जवळच्या तीन-चार लोकांखेरीज कुणालाच माहीत नाही," यशवंत म्हणाला.

"तो विचार करायची ही वेळ नाही. तू लवकरात लवकर नीघ," सुधीरने सांगितलं.

"ठीक आहे. त्या सरकारनी माझ्या प्रपोजलला अनुमती दिली आहे," यशवंत म्हणाला.

"ते मला कळलं आहे. तू केव्हा निघतोस?" त्यानं विचारलं.

"एवढी घाई असेल तर दोन दिवसांत निघतो," यशवंत म्हणाला.

"तेवढासुद्धा वेळ नाही आपल्याकडे. ते ई.डी. किंवा सी.बी आय.चा वापर करून तुला देश सोडायला बंदी घालायच्या विचारात आहेत," सुधीर म्हणाला. "तू आज रात्रीच नीघ. ही तुझी दोन तिकिटं. तुझं आणि आईचं..."

बोलता बोलता सुधीरने दोन तिकिटं यशवंतच्या हातात ठेवली.

"तुझ्या तात्पुरत्या राहण्यासाठी 'मॉरिशस'मध्ये बंगला घेतला आहे. एकदा सेटल झालास, की तुझा स्वत:चा बंगला घेता येईल. तू विमानतळावर उतरलास की बाहेर तुझ्यासाठी गाडी उभी असेल. ती तुला बंगल्यावर घेऊन जाईल. काही दिवस तिथे राहा," सुधीर बोलत होता.

यशवंत काही न बोलता त्याच्याकडे पाहत होता.

"तिथे तुझा नवीन बिझनेस उभा करण्यासाठी ते सरकार तुला आवश्यक ती सर्व मदत करेल. आपली योग्य ती माणसं त्या सरकारमधल्या लोकांशी बोलली आहेत. तुला तिथे कसलीही मदत लागल्यास मला कळव. मी आणि आमचे प्रमुख सगळी मदत करू. एकदा इलेक्शन पार पडलं, की ताबडतोब परत ये," सुधीर बोलत होता.

यशवंत त्याच्याकडे पाहत होता. सुधीर काही क्षण शांत झाला. मग सावकाश म्हणाला, "एकदा इथलं वातावरण थोडं निवळलं, की मी तुला भेटायला तिकडे येतो. दोन दिवस मजा करू."

यशवंतने त्याच्याकडे रोखून पाहिलं. मग शांतपणे म्हणाला, "तू नको येऊ सुधीर. तुला जर कुणी माझ्याबरोबर पाहिलं तर तुझी राजकीय कारकीर्द धोक्यात येईल."

सुधीर शांत झाला. मग सावकाश आपल्या खुर्चीवरून उठला. त्यानं यशवंतला मिठी मारली.

"स्वत:ची काळजी घे!" इतकं बोलून तो वेगाने बाहेर निघून गेला.

सुधीर आपल्याला आजच्या आज काही तासांत देश सोडायला सांगेल, असं त्याला मुळीच वाटलं नव्हतं. तो आपल्या खुर्चीवर दोन मिनिटं शांत बसला. त्यानं स्वत:ला सावरलं. इंटरकॉम उचलून देशपांडेंना, 'मी सांगेपर्यंत कुणालाही आत सोडू नका,' अशी सूचना दिली. एक पॅड आणि पेन घेऊन तो काही नोंदी करायला लागला. दहा मिनिटांनी त्यानं पेन बाजूला ठेवलं. तो उठला आणि खोलीच्या बाहेर पडला.

तो आईच्या खोलीत गेला. आईच्या खोलीत बरीच आवरावर झालेली दिसत होती. देव्हाऱ्यात एक छोटा नवनाथांचा फोटो सोडला तर इतर देव दिसत नव्हते. तो फोटोसुद्धा देव्हारा रिकामा ठेवायचा नाही, म्हणून ठेवला असावा. नेहमी दोरीवर एक साडी वाळत घातलेली असायची. ती दिसत नव्हती. कोपऱ्यात एक प्रवासी बॅग ठेवलेली दिसत होती.

"काय गं खोली अशी आवरलीस? कुठे चालली आहेस?" त्यानं आश्चर्याने विचारलं.

"तुझ्याबरोबर - परदेशी," आईने शांतपणे सांगितलं.

"आई, मी तुला फक्त परदेशी जाऊ या, एवढंच बोललो होतो. केव्हा जायचं ते ठरलं पण नव्हतं," यशवंत म्हणाला.

"आपल्याला देश सोडून जावं लागणार, हे तू मला सांगितलंस याचाच अर्थ आता सगळे मार्ग खुंटले व आपल्याला लवकरात लवकर निघावं लागेल असा होतो, हे मला समजतं यशवंता!" ती म्हणाली.

यशवंत आईकडे पाहत राहिला.

"तू आज म्हणालास तर मी आजच निघू शकते," आई म्हणाली.

"आई, आपल्याला आजच निघावं लागेल," यशवंत म्हणाला.

आता आश्चर्यचकित व्हायची पाळी आईची होती. ती क्षणभर शांत झाली. मग म्हणाली, "काही काळजी करू नकोस. तू सांगशील तेव्हा बाहेर पडते. माझी बॅग भरून तयार आहे," बॅगेकडे बोट दाखवत ती म्हणाली.

"एवढी छोटी बॅग?" यशवंतनं विचारलं.

"देवाचे फोटो, पोथी आणि एक साडी आहे. बाकीच्या साड्या बरोबर घेत नाही. तिकडे जाऊन त्या देशातल्या फॅशनचे कपडे घेईन म्हणते," आई म्हणाली.

यशवंतला त्याही परिस्थितीत किंचित हसू आलं.

"दोन तासांत आपल्याला निघायचं आहे. तयार राहा," तो म्हणाला आणि खोलीबाहेर जाण्यासाठी वळला. तो खोलीबाहेर पडणार; तेवढ्यात आईनी त्याला हाक मारली.

"काय झालं आई?" खोलीमध्ये परत येत यशवंतनं विचारलं.

"तू देश सोडून निघाला आहेस, हे मीनाला सांगितलंस?" आईनं विचारलं.

"नाही...सांगू की नको ते समजत नाही," यशवंत म्हणाला आणि तसाच उभा राहिला.

आई त्याच्याकडे पाहत राहिली... मग म्हणाली, "जेव्हा आणीबाणीची वेळ येते, डोकं आणि मन वेगवेगळं सांगायला लागतात ना, तेव्हा डोक्याचं ऐकावं. डोकं आपल्याला आणीबाणीतनं बाहेर काढतं आणि आपल्या मनाची सुद्धा काळजी घेतं..."

यशवंतनं आईकडे पाहिलं आणि संथपणे खोलीच्या बाहेर पडला.

नंतर तो आपल्या खोलीत गेला. भिंतीमध्ये कुणाला सहजासहजी कळणार नाही, अशा रीतीने एक मोठी तिजोरी लावली होती. ती त्यानं उघडली. आतमध्ये बरीच रोकड व सोन्याचे आणि हिऱ्याचे दागिने होते. यशवंतने त्याकडे पूर्ण दुर्लक्ष केलं. जवळच्या एका किल्लीने तिजोरीतील एक ड्रॉव्हर उघडला. त्यामध्ये काही डायऱ्या आणि सीडीज होत्या. लेदरच्या एका पाऊचमध्ये बरेच पेनड्राइव्ह्ज होते. यशवंतने त्या सगळ्या डायऱ्या, सीडीज आणि पेनड्राइव्ह बाहेर काढले. ते एका प्रवासी बॅगमध्ये ठेवले. ती बॅग तो आपल्याबरोबर नेणार होता. त्यानं तिजोरी बंद केली आणि तो खोलीबाहेर पडला.

तो सरळ आपल्या केबिनमध्ये गेला. आपल्या खुर्चीवर बसला, तेवढ्यात मोबाइलची रिंग वाजली. मीनाचा फोन होता. यशवंत काही क्षण थांबला आणि मग त्याने फोन घेतला.

"हॅलो मीना," तो म्हणाला.

"हाय. आपण संध्याकाळी भेटणार आहोत ना? मी तुझ्या फोनची वाट पाहत होते," मीना म्हणाली.

"नाही मीना, आज भेटायला जमणार नाही," यशवंतनं उत्तर दिलं.

"अचानक महत्त्वाचं काम आलं? तुझं हे नेहमीचंच आहे. ठीक आहे, उद्या भेटू या?" मीनानं विचारलं.

यशवंत काही क्षण थांबला व मग म्हणाला, "नाही मीना. उद्या सुद्धा शक्य होणार नाही," त्याच्या आवाजात ताण जाणवत होता.

"तू ठीक आहेस ना यशवंत?" मीनाच्या आवाजात काळजी होती.

"मी ठीक आहे," यशवंतनं उत्तर दिलं. त्याचा आवाज जड झाला होता.

"यशवंत, तू थोडा रिलॅक्स हो. मी तुला रात्री उशिरा फोन करते," मीना म्हणाली.

तिचा तो फोन आपण घेऊ शकणार नाही, हे यशवंतच्या लक्षात आलं. आपलं

सर्वांत महत्त्वाचं असं काहीतरी आपल्यापासून कायमच दुरावत आहे, असं त्याला वाटलं. त्याच्या मनात वेदनेची एक विलक्षण कळ उठली. त्याला हतबल झाल्यासारखं वाटलं. त्याची शाळा कायमची सुटली हे त्याला कळलं, तेव्हा त्याला जे वाटलं होतं तसंच आणि तितक्याच तीव्रतेनं आता पुन्हा वाटत होतं.

"ठीक आहे मीना," तो म्हणाला. त्याचा आवाज किंचित कातर झाला होता.

मीनाला त्याच्या आवाजातला फरक जाणवला.

"यशवंत, काही गडबड नाही ना? तू व्यवस्थित आहेस ना? मी आता तिथे येते," ती म्हणाली. तिच्या आवाजात यशवंतबद्दल काळजी होती.

मीनाला त्याच्याबद्दल वाटणारं गाढ प्रेम यशवंताला जाणवलं. त्यानं स्वतःला सावरलं.

"तू आत्ता नको येऊस मीना; पण आपण पुन: भेटू.... नक्की भेटू.... लवकर भेटू..." आता त्याच्या आवाजात निर्धार होता. आज यशवंत कोवळा, अजाण मुलगा नव्हता. जगाच्या बाजारात आपलं कर्तृत्व सिद्ध केलेला कर्तृत्ववान पुरुष होता. यावेळी तो त्याच्या आयुष्यातली अतिशय महत्त्वाची गोष्ट तो कायमची दूर जाऊ देणार नव्हता. त्यानं फोन बंद केला. काही क्षण तो शांत बसून राहिला.

मग त्यानं आपल्या बँकेच्या मॅनेजरला फोन लावला. मॅनेजरला त्यानं आपले सगळे पैसे डॉलरमध्ये कन्व्हर्ट करून दुसऱ्या एका बँकेत ट्रान्सफर करायला सांगितले. मॅनेजरने त्याला एक ऑनलाइन फॉर्म भरून पाठवायला सांगितलं. दोन तासांत पैसे ट्रान्सफर होतील, असं मॅनेजरने आश्वासन दिलं. त्याच्याशी बोलून संपल्यावर यशवंतने कटारियाला फोन लावला. कटारिया यशवंतच्या आंतरराष्ट्रीय व्यवहारात रोख पैशाचे व्यवहार हाताळत असे. कटारियाला त्यानं एक रोख रक्कम ताबडतोब 'मॉरिशस'ला पाठवायला सांगितली. 'मॉरिशस'मध्ये ते पैसे कुठे द्यायचे ते दुसऱ्या दिवशी कळवेन, असं सांगितलं.

तितक्यात इंटरकॉम वाजला. गणेश श्रीधरला घेऊन भेटण्यासाठी आला होता.

'पाठव त्यांना,' असं सांगून यशवंतने फोन खाली ठेवला. गणेश आणि त्याच्या मागोमाग श्रीधर आत आला.

दरवाजातून आत गेल्यावर एक मोठा हॉल होता. तिथे वीसएक लोक बसू शकतील, अशी व्यवस्था होती. हॉलमधून आत जायला एक पॅसेज होता. आतल्या बाजूला बऱ्याच खोल्या असाव्यात. भद्रेश जैन पॅसेजमधून आतल्या बाजूला निघून गेला. तो सराईतपणे वावरत होता. त्याचं इथे नेहमीच येणं-जाणं असावं. हॉलच्या उजव्या बाजूला वरच्या मजल्यावर जाण्यासाठी लिफ्ट होती. ते दोघे लिफ्टने पहिल्या मजल्यावर आले. तिथे जमिनीवर उंची गालिचा पसरला होता. समोर केबिन होती. तिचा दरवाजा बंद होता. केबिनसमोर एक उत्तम सोफासेट ठेवलेला होता. कोपऱ्यात एक टेबल व खुर्ची होती. टेबलावर एक फोन होता. तेथे एक माणूस बसला होता. त्यानं गणेशला अभिवादन केलं. इंटरकॉम उचलून आतल्या माणसाला गणेश आल्याचं सांगितलं. आतून होकार मिळताच गणेशला आत जायला सांगितलं.

गणेशनं दरवाजा उघडला. श्रीधर गणेशच्या मागोमाग त्या खोलीत गेला. ती खोली प्रशस्त होती. मागच्या भिंतीपासून थोडंसं अंतर राखून एकच माणूस बसू शकेल, असा काहीसा सिंहासनासारखा दिसणारा आलिशान कोच होता. त्या कोचावर एक भारदस्त माणूस रुबाबदारपणे बसला होता... यशवंत जगताप... यशवंतभाऊ जगताप... श्रीधरने त्यांचे फोटो पेपरमध्ये आणि टीव्हीवर पाहिले होते. त्यांच्या व्यक्तिमत्त्वातील जरब त्या खोलीभर व्यापून राहिल्यासारखं वाटत होतं. यशवंतभाऊ जगतापांना समोर प्रत्यक्ष बघितल्यावर श्रीधरच्या मनावरचं दडपण अधिकच वाढलं.

श्रीधर

गणेशने भाऊसाहेबांना आदराने नमस्कार केला. श्रीधरनेसुद्धा वाकून अभिवादन केलं. त्यांच्या समोरच्या खुर्चीवर गणेश बसला. श्रीधर त्याच्या शेजारी बसला.

"हे श्रीधर," गणेशने श्रीधरकडे निर्देश करत सांगितलं. श्रीधरने हात जोडून किंचित पुढे झुकत आदराने 'नमस्कार' म्हणून यशवंतला अभिवादन केलं.

यशवंत श्रीधरकडे रोखून पाहत राहिला. त्याची नजर भेदक होती. काही क्षण तसेच गेले.

"तुम्हाला भागीदारीच्या सगळ्या अटी आणि शर्ती व्यवस्थित समजल्या?" यशवंतने विचारलं.

श्रीधरला त्याच्या आवाजातली जरब जाणवली. त्याचे उच्चार अतिशय शुद्ध वाटले.

श्रीधरने होकारार्थी मान डोलवली. यशवंत त्याच्याकडे पाहत राहिला.

"मान्य आहेत?" त्यानं विचारलं.

"हो," श्रीधर म्हणाला. काही क्षण तसेच गेले.

"तुमच्यासाठी ही फार मोठी संधी आहे," यशवंत शांतपणे म्हणाला.

श्रीधरला ते मान्यच होतं. फक्त ती संधी देणाऱ्या लोकांचं त्याच्यावर दडपण आलं होतं.

यशवंत त्याच्याकडे रोखून पाहत होता. तो श्रीधरच्या मनातले विचार वाचण्याचा प्रयत्न करत असावा.

"याच प्रकारच्या अटी आणि शर्तीवर आम्ही अनेक कंपन्यांमध्ये भांडवल गुंतवलं आहे. 'गोदा सेल्स', 'डायमंड कन्स्ट्रक्शन्स', 'यश ज्वेलर्स', या कंपन्यांची नावं तुम्ही ऐकली असतील," श्रीधरच्या मनातले विचार कळल्यासारखं तो म्हणाला.

श्रीधरने होकारार्थी मान डोलवली.

"या सगळ्या कंपन्या याच प्रकारच्या भागीदारीवर उभ्या राहिल्या आहेत," यशवंतने सांगितलं. श्रीधर शांतपणे ऐकत होता.

यशवंत त्याच्याकडे पाहत होता. काही वेळ थांबून यशवंत पुढे म्हणाला, "तुमच्या कंपनीत आमच्या तर्फे मी स्वत: भागीदार असेन."

यशवंतने शेजारचं बटण दाबलं. बाहेरून एक माणूस आत आला. त्याच्या हातात दोन फाइल्स आणि एक पेन होतं.

यशवंतने ते सर्व श्रीधरसमोरच्या टीपॉयवर ठेवायला सांगितलं.

"या 'भागीदारी पत्रा'च्या दोन कॉपीज आहेत. वाचून घ्या आणि सही करा."

या लोकांनी पार्टनरशिप डीडसुद्धा बनवून ठेवलं असेल, हे श्रीधरला मुळीच अपेक्षित नव्हतं. फाइल हातात घेताना त्याचे हात थरथरले. त्यानं मन शांत ठेवायचा शक्य तितका प्रयत्न करत फाइल उघडली.

यशवंत श्रीधरकडे पाहत होता. श्रीधर मेहनती आणि प्रामाणिक आहे, याची

त्याला खात्री पटली. कैक वर्षांपूर्वी अशाच प्रामाणिक, मेहनती आणि त्या क्षेत्रातील ज्ञान असणाऱ्या तरुणांना हाताशी धरून त्याने कंपन्या सुरू केल्या होत्या. त्या सर्वच कंपन्या आज त्यांच्या क्षेत्रातल्या सर्वांत यशस्वी कंपन्या झाल्या होत्या. समोरच्या माणसामधील गुणवत्ता जोखायच्या स्वत:च्या क्षमतेवर यशवंतचा विश्वास होता. 'आशीर्वाद पेंट्स' सुद्धा एक दिवस फार मोठी कंपनी बनणार, असा पूर्ण विश्वास यशवंतच्या मनात निर्माण झाला होता.

श्रीधरच्या मनावरचं दडपण आता पराकोटीला गेलं होतं. या लोकांचा भागीदार होण्याविषयीचा त्याचा संभ्रम आता शिगेला पोहोचला होता. त्याही मन:स्थितीत तो फाइल व्यवस्थित वाचू लागला. त्याच वेळी त्याच्या डोक्यात यशवंतभाऊंनी आत्ताच नावं घेतलेल्या 'गोदा सेल्स', 'डायमंड कन्स्ट्रक्शन्स, 'यश ज्वेलर्स ' या कंपन्या येत होत्या. यातली प्रत्येक कंपनी भारतातल्या सर्वांत यशस्वी कंपन्यांमध्ये गणली जात होती. उद्या कदाचित 'आशीर्वाद पेंट्स'सुद्धा या यादीमध्ये येणार होती. त्याच्या डोळ्यांसमोर मगाशीच बघितलेल्या 'यश ज्वेलर्स'चा सी. ई.ओ. भद्रेश जैनचा चेहरा आला. त्याचं सगळ्या माध्यमांतून होत असलेलं कौतुक आठवलं. उद्या कदाचित श्रीधर सुद्धा त्या जागेवर पोहचू शकणार होता. आपल्या हृदयाचे ठोके विलक्षण वेगाने पडत आहेत, हे त्याला समजलं. दडपण, संभ्रम याचबरोबर आपल्यामध्ये एक प्रचंड उत्तेजना आली आहे, हे त्याला जाणवलं.

श्रीधरने फाइल-वाचून संपवली. ते एक 'कायदेशीर भागीदार करारपत्र' होतं. ज्या अटी-शर्ती त्यांनी सांगितल्या होत्या, त्या आणि तशाच लिहिल्या होत्या. 'करारपत्रा'च्या शेवटी एक भागीदार म्हणून यशवंतने सही केली होती. दोन साक्षीदारांच्या सह्या झाल्या होत्या. दुसरा भागीदार म्हणून श्रीधरला सही करायची होती.

श्रीधरने फाइल उघडली. टीपॉयवर ठेवलेलं पेन उचललं. ते उत्तम ब्रॅन्डचं अतिशय महाग पेन आहे, हे त्याही परिस्थितीत त्याच्या लक्षात आलं. श्रीधरने पेन उघडलं. त्याचे हात थरथरत होते. हात स्थिर ठेवायचा प्रयत्न करत त्यानं त्या फाइलमधल्या कागदांवर सही केली. फाइल आणि पेन टीपॉयवर ठेवलं.

"ते पेन तुमच्यासाठीच आहे श्रीधर," समोर बसलेला यशवंत उठून उभा राहत म्हणाला. श्रीधरसुद्धा उठून उभा राहिला. यशवंतने ते पेन घेऊन श्रीधरच्या खिशाला लावलं. श्रीधरच्या छातीतली धडधड प्रचंड वाढली होती. यशवंतने श्रीधरला खोलीच्या दरवाजापर्यंत सोडलं. श्रीधर त्या खोलीतून बाहेर पडला. त्यानं स्वत:ला सावरण्याचा प्रयत्न केला. मग खिशातून मोबाइल काढून एक नंबर डायल केला. तो लगेच कट झाला. उत्तर मिळालं नाही. दुसरा नंबर डायल केला. उत्तर मिळालं नाही. त्यानं मोबाइल खिशात ठेवला. अजूनही त्याचे हात थरथरतच होते!!

चारुलता वसंतच्या छातीवर डोकं ठेवून ओक्साबोक्सी रडू लागली. तोसुद्धा तिच्या केसांवर थोपटत तिला शांत करत राहिला. असे काही क्षण गेले. त्याला तिच्या केसाचा मंद सुगंध जाणवला. चारुलता अजूनही थरथरत होती. त्याने तिला जवळ घेतलं. ती त्याला बिलगली. मगाशी आलेलं प्रचंड दडपण काढून मन शांत करायचा प्रयत्न करू लागली... आतपर्यंत कुणी स्त्री वसंतच्या इतक्या जवळ आली नव्हती. त्याने तिच्या केसांचा गंध छातीत भरून घेतला. तो तिच्या केसांवर थोपटत राहिला. त्याला तिच्या शरीराचा स्पर्श हवाहवासा वाटू लागला. आपल्या शरीरात काहीतरी वेगळ्याच संवेदना निर्माण होत असल्याचं वसंतला जाणवलं. आपण उत्तेजित होत आहोत, हे त्याच्या लक्षात आलं. मनावर संयम ठेवून तिच्यापासून दूर व्हावं असं त्याला वाटलं, पण ते आता शक्य नाही, हे त्याच्या लक्षात आलं आणि तो तिच्या पाठीवरून हात फिरवू लागला. त्याच्या स्पर्शातला फरक तिला जाणवला. त्याचवेळी वसंतचा मोबाइल वाजला. त्यानं खिशातून मोबाइल काढला व न बघताच फोन कट केला. पाठोपाठ चारुलताच्या मोबाइलची रिंग वाजली. त्या रिंगकडे त्या दोघांनी दुर्लक्ष केलं. काहीवेळ रिंग वाजली आणि मग रिंग वाजणं बंद झालं. काही क्षण गेले. त्यानं तिला थोडं अधिक जवळ घेतलं. तिने चमकून चेहरा वर करून त्याच्याकडे पाहिलं. दोघे काही क्षण एकमेकांच्या डोळ्यांत पाहत राहिले. मग वसंतने तिला घट्ट जवळ घेतलं. चारुलता त्याच्या मिठीत

चारुलता

सामावत गेली. आपले सारे ताणतणाव मोकळे होत आहेत, असं तिला वाटलं. त्यानं दिवा बंद केला. थोड्या वेळाने केव्हातरी चारुलताच्या शरीरातून असीम सुखाची एक लाट उठली. चारुलता त्याच्या मिठीत सैलावत राहिली.

यशवंत

"मी आजच 'मॉरिशस'ला जातो आहे," यशवंतनं गणेशला दरवाजात उभं राहूनच सांगितलं.

गणेशला आश्चर्याचा धक्का बसला आहे, हे त्याच्या चेहऱ्यावरून लक्षात येत होतं. पण तिकडे दुर्लक्ष करत यशवंत बोलायला लागला, "मी कुठे जातो आहे, हे कुणालाही कळू देऊ नकोस. अगदी या घरातसुद्धा कुणालाही कळलं नाही तर बरं होईल. इथले सगळे व्यवहार तुला माहीतच आहेत. ते तसेच चालू ठेव. माझ्याशी कसा संपर्क करायचा ते मी तुला नंतर कळवतो."

"भाऊ, तू परत केव्हा येणार?" गणेश त्याचा मावसभाऊ असला तरी तो फार क्वचितच यशवंताला तू म्हणे. आता त्याचा आवाजसुद्धा कातर झाला होता.

"मी विमानतळावर जायला आता लगेच निघतो आहे. ड्रायव्हरला गाडी काढायला सांग आणि आईला गाडीत बसव." बोलता बोलता यशवंतने गणेशला जवळ घेतलं. मग त्याला बाजूला करून स्वत:च्या खोलीत गेला. संध्याकाळी काढून ठेवलेली ती लेदर बॅग उचलली. कपाटातून पासपोर्ट, तिकिटं आणि इतर आवश्यक कागदपत्रं घेऊन तो बाहेर आला. तावडेने लिफ्ट उघडून ठेवली होती. तो खाली पोर्चमध्ये आला. वाटेत भेटलेले सगळे जण आणि सिक्युरिटीची माणसं त्याला नेहमीप्रमाणेच सलाम करत होती.

तो पोर्चमध्ये आला. गाडी उभी होती. आई गाडीत बसली होती. गणेश गाडीजवळ उभा होता. गणेशने त्याच्या पायाला स्पर्श

करून नमस्कार केला. यशवंतने त्याला उठवून जवळ घेतलं आणि तो पुढे सरकला. ड्रायव्हरनं गाडीचा दरवाजा उघडून धरला होता. तो क्षणभर थांबला. निऑन लाइट्सच्या प्रकाशात त्या बंगल्याचा परिसर सुरेख दिसत होता.

यशवंतने मागे वळून पाहिलं. आपण या इमारतीत पुन्हा कधीच येणार नाही, हे त्याला माहीत होतं. तो गाडीत बसला. हातातली लेदर बॅग त्यानं पायाजवळ ठेवली. त्याचा सुरक्षारक्षक ड्रायव्हरशेजारी पुढच्या सीटवर स्टेनगन घेऊन बसला. त्याच्या मोबाइलवर मेसेजची बीप आली. त्यानं मेसेज उघडला. त्याच्या बँकेने त्याचे सगळे पैसे डॉलर्समध्ये कन्व्हर्ट करून त्यानं सांगितलेल्या खात्यावर ट्रान्सफर केले होते. गाडी सुरू झाली. फाटकावरच्या सुरक्षा अधिकाऱ्यांनी अदबीनं गाडीला सलाम ठोकला आणि फाटक उघडलं.

दिवस उलटल्यावर

काळाच्या चक्रानुसार घड्याळाचा काटा बारावरून पुढे सरकला. अजून एक दिवस उलटला. त्या दिवसात अनेकांच्या आयुष्यात अनेक घटना घडल्या... काही छोट्या... काही मोठ्या... काही महत्त्वाच्या... काही कमी महत्त्वाच्या...

आज त्यांचं महत्त्व हे आजच्या आणि फारतर आजपर्यंतच्या संदर्भात मोजलं जाणार होतं... पण काळाच्या मितीवर कुठली घटना महत्त्वाची आणि कुठली क्षुल्लक, हे आज कुणालाच ठरवता येणार नव्हतं. आज फार महत्त्वाची वाटणारी घटना काही काळानं खूप क्षुल्लक ठरते तर आजच्या एखाद्या क्षुल्लक घटनेनं उद्या आपलं सारं आयुष्य बदलून जातं... त्या घटनांच्या सावल्या आपल्या संपूर्ण आयुष्यावर कदाचित पुढच्या पिढ्यांवरसुद्धा पडत राहतात. आजची वाईट आणि दुःख देणारी घटना उद्या चांगली आणि आनंददायक वाटू शकते.

पुढचा दिवस सुरू झाला आहे. आजही अनेकांच्या आयुष्यात अनेक घटना घडतील, काही छोट्या, काही मोठ्या... काही बऱ्या काही वाईट...

अवकाशाच्या अनंत पोकळीत अव्याहतपणे वाहणारा काळ घटनांच्या रूपात आपलं अस्तित्त्व मागे ठेवत पुढे जात राहील... आजच्या घटनांतून उद्याच्या घटना जन्म घेत राहतील...

◆